LAXDÆLA SAGA

ÁSAMT BOLLA ÞÆTTI BOLLASONAR

LEIFUR EIRICKSSON

Laxdæla saga (icelandic)
Copyright © JiaHu Books 2013
First Published in Great Britain in 2013 by Jiahu Books – part of
Richardson-Prachai Solutions Ltd, 34 Egerton Gate, Milton
Keynes, MK5 7HH
ISBN: 978-1-909669-87-1
A CIP catalogue record for this book is available from the British
Library
Visit us at: **jiahubooks.co.uk**

3

1. kafli

Ketill flatnefur hét maður son Bjarnar bunu. Hann var hersir ríkur í Noregi og kynstór. Hann bjó í Raumsdal í Raumsdælafylki. Það er milli Sunnmærar og Norðmærar. Ketill flatnefur átti Yngvildi dóttur Ketils veðurs, ágæts manns. Þeirra börn voru fimm. Hét einn Björn hinn austræni, annar Helgi bjólan. Þórunn hyrna hét dóttir Ketils er átti Helgi hinn magri son Eyvindar austmanns og Raförtu dóttur Kjarvals Írakonungs. Unnur hin djúpúðga var enn dóttir Ketils er átti Ólafur hvíti Ingjaldsson Fróðasonar hins frækna er Svertlingar drápu. Jórunn manvitsbrekka hét enn dóttir Ketils. Hún var móðir Ketils hins fiskna er nam land í Kirkjubæ. Hans son var Ásbjörn faðir Þorsteins, föður Surts, föður Sighvats lögsögumanns.

2. kafli

Á ofanverðum dögum Ketils hófst ríki Haralds konungs hins hárfagra svo að engi fylkiskonungur þreifst í landinu né annað stórmenni nema hann réði einn nafnbótum þeirra. En er Ketill fréttir þetta, að Haraldur konungur hafði honum slíkan kost ætlað sem öðrum ríkismönnum, að hafa frændur sína óbætta en ger þó að leigumanni sjálfur, síðan stefnir hann þing við frændur sína og hóf svo mál sitt: "Kunnig hafa yður verið skipti vor Haralds konungs og þarf eigi þau að inna því að oss ber meiri nauðsyn til að ráða um vandkvæði þau er vér eigum fyrir höndum. Sannspurðan hefi eg fjandskap Haralds konungs til vor. Sýnist mér svo að vér munum eigi þaðan trausts bíða. Líst mér svo sem oss séu tveir kostir gervir, að flýja land eða vera drepnir hver í sínu rúmi. Er eg og þess fúsari að hafa slíkan dauðdaga sem frændur mínir en eigi vil eg yður leiða í svo mikið vandkvæði með einræði mínu því að mér er kunnigt skaplyndi frænda minna og vina, að þér viljið eigi við oss skiljast þótt mannraun sé í nokkur að fylgja mér."

Björn son Ketils svarar: "Skjótt mun eg birta minn vilja. Eg vil gera að dæmum göfugra manna og flýja land þetta. Þykist eg ekki af því vaxa þótt eg bíði heiman þræla Haralds konungs og elti þeir oss af eignum vorum eða þiggja af þeim dauða með öllu."

Að þessu var ger góður rómur og þótti þetta drengilega talað. Þetta ráð var bundið, að þeir mundu af landi fara því að synir Ketils fýstu þessa mjög en engi mælti í móti. Björn og Helgi vildu til Íslands fara því að þeir þóttust þaðan margt fýsilegt fregnt hafa, sögðu þar landskosti góða og þurfti ekki fé að kaupa. Kölluðu vera hvalrétt mikinn og laxveiðar en fiskastöð öllum misserum.

Ketill svarar: "Í þá veiðistöð kem eg aldregi á gamals aldri."

Sagði Ketill þá sína ætlan, að hann var fúsari vestur um haf, kvaðst þar virðast gott. Voru honum þar víða lönd kunnig því að hann hafði þar víða herjað.

3. kafli - Af Katli flatnef

Eftir þetta hafði Ketill boð ágætt. Þá gifti hann Þórunni hyrnu dóttur sína Helga hinum magra, sem fyrr var ritað. Eftir það býr Ketill ferð sína úr landi vestur um haf. Unnur dóttir hans fór með honum og margir aðrir frændur hans.

Synir Ketils héldu það sama sumar til Íslands og Helgi magri mágur þeirra. Björn Ketilsson kom skipi sínu vestur í Breiðafjörð og sigldi inn eftir firðinum og nær hinu syðra landinu þar til er fjörður skarst inn í landið en fjall hátt stóð á nesinu fyrir innan fjörðinn en ey lá skammt frá landinu. Björn segir að þeir mundu eiga þar dvöl nokkura. Björn gekk á land upp með nokkura menn og reikaði fram með sjónum. Var þar skammt í milli fjalls og fjöru. Honum þótti þar byggilegt. Þar fann Björn reknar öndvegissúlur sínar í einni vík. Þótti þeim þá á vísað um bústaðinn.

Síðan tók Björn sér þar land allt á millum Stafár og Hraunfjarðar og bjó þar er síðan heitir í Bjarnarhöfn. Hann var kallaður Björn hinn austræni. Hans kona var Gjaflaug dóttir Kjallaks hins gamla. Þeirra synir voru þeir Óttar og Kjallakur. Hans son var Þorgrímur, faðir Víga-Styrs og Vermundar, en dóttir Kjallaks hét Helga. Hana átti Vestar á Eyri son Þórólfs blöðruskalla er nam Eyri. Þeirra son var Þorlákur faðir Steinþórs á Eyri.

Helgi bjólan kom skipi sínu fyrir sunnan land og nam Kjalarnes allt á milli Kollafjarðar og Hvalfjarðar og bjó að Esjubergi til elli. Helgi hinn magri kom skipi sínu fyrir norðan land og nam Eyjafjörð allan á milli Sigluness og Reynisness og bjó í Kristnesi. Frá þeim Helga og Þórunni er komið Eyfirðingakyn.

4. kafli - Enn af Katli flatnef

Ketill flatnefur kom skipi sínu við Skotland og fékk góðar viðtökur af tignum mönnum, því að hann var frægur maður og stórættaður, og buðu honum þann ráðakost þar sem hann vildi hafa. Ketill staðfestist þar og annað frændlið hans nema Þorsteinn dótturson hans. Hann lagðist þegar í hernað og herjaði víða um Skotland og fékk jafnan sigur. Síðan gerði hann sætt við Skota og eignaðist hálft Skotland og varð konungur yfir. Hann átti Þuríði Eyvindardóttur systur Helga hins magra. Skotar héldu eigi lengi sættina því að þeir sviku hann í tryggð. Svo segir Ari Þorgilsson hinn fróði um líflát Þorsteins að hann félli á Katanesi.

Unnur djúpúðga var á Katanesi er Þorsteinn féll, son hennar. Og er hún frá það að Þorsteinn var látinn en faðir hennar andaður þá þóttist hún þar enga uppreist fá mundu. Eftir það lætur hún gera knörr í skógi á laun. Og er skipið var algert þá bjó hún skipið og hafði auð fjár. Hún hafði í brott með sér allt frændlið sitt það er á lífi var og þykjast menn varla dæmi til vita að einn kvenmaður hafi komist í brott úr þvílíkum ófriði með jafnmiklu fé og föruneyti. Má af því marka að hún var mikið afbragð annarra kvenna.

Unnur hafði og með sér marga þá menn er mikils voru verðir og stórættaðir. Maður er nefndur Kollur er einna var mest verður af

7

föruneyti Unnar. Kom mest til þess ætt hans. Hann var hersir að nafni. Sá maður var og í ferð með Unni er Hörður hét. Hann var enn stórættaður maður og mikils verður.

Unnur heldur skipinu í Orkneyjar þegar er hún var búin. Þar dvaldist hún litla hríð. Þar gifti hún Gró dóttur Þorsteins rauðs. Hún var móðir Grélaðar er Þorfinnur jarl átti, son Torf-Einars jarls, sonar Rögnvalds Mærajarls. Þeirra son var Hlöðvir faðir Sigurðar jarls, föður Þorfinns jarls, og er þaðan komið kyn allra Orkneyingajarla.

Eftir það hélt Unnur skipi sínu til Færeyja og átti þar enn nokkura dvöl. Þar gifti hún aðra dóttur Þorsteins. Sú hét Ólöf. Þaðan er komin sú ætt er ágæst er í því landi er þeir kalla Götuskeggja.

5. kafli - Af Unni

Nú býst Unnur í brott úr Færeyjum og lýsir því fyrir skipverjum sínum að hún ætlar til Íslands. Hún hefir með sér Ólaf feilan son Þorsteins rauðs og systur hans þær er ógiftar voru. Eftir það lætur hún í haf og verður vel reiðfara og kemur skipi sínu fyrir sunnan land á Vikrarskeið. Þar brjóta þau skipið í spón. Menn allir héldust og svo fé.

Síðan fór hún á fund Helga bróður síns með tuttugu menn. Og er hún kom þar gekk hann á mót henni og bauð henni til sín við tíunda mann. Hún svarar reiðulega og kvaðst eigi vitað hafa að hann væri slíkt lítilmenni og fer í brott.

Ætlar hún nú að sækja heim Björn bróður sinn í Breiðafjörð. Og er hann spyr til ferða hennar þá fer hann í mót henni með fjölmenni og fagnar henni vel og bauð henni til sín með öllu liði sínu því að hann kunni veglyndi systur sinnar. Það líkaði henni allvel og þakkaði honum stórmennsku sína. Hún var þar um veturinn og var veitt hið stórmannlegasta því að efni voru nóg en fé eigi sparað.

Og um vorið fór hún yfir Breiðafjörð og kom að nesi nokkuru og átu þar dagverð. Þar er síðan kallað Dögurðarnes og gengur þar af Meðalfellsströnd. Síðan hélt hún skipi sínu inn eftir Hvammsfirði og kom þar að nesi einu og átti þar dvöl nokkura. Þar tapaði Unnur kambi sínum. Þar heitir síðan Kambsnes. Eftir það fór hún um alla Breiðafjarðardali og nam sér lönd svo víða sem hún vildi. Síðan hélt Unnur skipi sínu í fjarðarbotninn. Voru þar reknar á land öndvegissúlur hennar. Þótti henni þá auðvitað hvar hún skyldi bústað taka. Hún lætur bæ reisa þar er síðan heitir í Hvammi og bjó þar.

Það sama vor er Unnur setti bú saman í Hvammi fékk Kollur Þorgerðar dóttur Þorsteins rauðs. Það boð kostaði Unnur. Lætur hún Þorgerði heiman fylgja Laxárdal allan og setti hann þar bú saman fyrir sunnan Laxá. Var Kollur hinn mesti tilkvæmdarmaður. Þeirra son var Höskuldur.

6. kafli - Enn af Unni

Eftir það gefur Unnur fleirum mönnum af landnámi sínu. Herði gaf hún Hörðadal allan út til Skrámuhlaupsár. Hann bjó á Hörðabólstað og var mikill merkismaður og kynsæll. Hans son var Ásbjörn auðgi er bjó í Örnólfsdal á Ásbjarnarstöðum. Hann átti Þorbjörgu dóttur Miðfjarðar-Skeggja. Þeirra dóttir var Ingibjörg er átti Illugi hinn svarti. Þeirra synir voru þeir Hermundur og Gunnlaugur ormstunga. Það er kallað Gilsbekkingakyn.

Unnur mælti við sína menn: "Nú skuluð þér taka ömbun verka yðvarra. Skortir oss nú og eigi föng til að gjalda yður starf yðvart og góðvilja. En yður er það kunnigt að eg hefi frelsi gefið þeim manni er Erpur heitir, syni Melduns jarls. Fór það fjarri um svo stórættaðan mann að eg vildi að hann bæri þræls nafn."

Síðan gaf Unnur honum Sauðafellslönd á millum Tunguár og Miðár. Hans börn voru þau Ormur og Ásgeir, Gunnbjörn og Halldís er átti Dala-Álfur. Sökkólfi gaf hún Sökkólfsdal og bjó hann þar til elli. Hundi hét lausingi hennar. Hann var skoskur að ætt. Honum gaf hún Hundadal. Vífill hét þræll Unnar hinn fjórði. Hún gaf honum Vífilsdal.

Ósk hét hin fjórða dóttir Þorsteins rauðs. Hún var móðir Þorsteins surts hins spaka er fann sumarauka. Þórhildur hét hin fimmta dóttir Þorsteins. Hún var móðir Álfs í Dölum. Telur margt manna kyn sitt til hans. Hans dóttir var Þorgerður, kona Ara Mássonar á Reykjanesi, Atlasonar, Úlfssonar hins skjálga, og Bjargar Eyvindardóttur, systur Helga hins magra. Þaðan eru komnir Reyknesingar. Vigdís hét hin sétta dóttir Þorsteins rauðs. Þaðan eru komnir Höfðamenn í Eyjafirði.

7. kafli - Andlát Unnar

Ólafur feilan var yngstur barna Þorsteins. Hann var mikill maður og sterkur, fríður sýnum og atgervimaður hinn mesti. Hann mat Unnur umfram alla menn og lýsti því fyrir mönnum að hún ætlaði Ólafi allar eignir eftir sinn dag í Hvammi. Unnur gerðist þá mjög ellimóð.

Hún kallar til sín Ólaf feilan og mælti: "Það hefir mér komið í hug frændi að þú munir staðfesta ráð þitt og kvænast."

Ólafur tók því vel og kveðst hennar forsjá hlíta mundu um það mál.

Unnur mælti: "Svo hefi eg helst ætlað að boð þitt muni vera að áliðnu sumri þessu því að þá er auðveldast að afla allra tilfanga því að það er nær minni ætlan að vinir vorir muni þá mjög fjölmenna hingað því að eg ætla þessa veislu síðast að búa."

Ólafur svarar: "Þetta er vel mælt. En þeirrar einnar konu ætla eg að fá að sú ræni þig hvorki fé né ráðum."

Það sama haust fékk Ólafur feilan Álfdísar. Þeirra boð var í Hvammi. Unnur hafði mikinn fékostnað fyrir veislunni því að hún lét víða bjóða tignum mönnum úr öðrum sveitum. Hún bauð Birni bróður sínum og Helga bróður sínum bjólan. Komu þeir fjölmennir. Þar kom Dala-Kollur mágur hennar og Hörður úr Hörðadal og margt annað stórmenni. Boðið var allfjölmennt og kom þó hvergi nær svo margt manna sem Unnur hafði boðið fyrir

10

því að Eyfirðingar áttu farveg langan.

Elli sótti þá fast að Unni svo að hún reis ekki upp fyrir miðjan dag
en hún lagðist snemma niður. Engum manni leyfði hún að sækja
ráð að sér þess á milli er hún fór að sofa á kveldið og hins er hún
var klædd. Reiðulega svarar hún ef nokkur spurði að mætti hennar.

Þann dag svaf Unnur í lengra lagi en þó var hún á fótum er
boðsmenn komu og gekk á mót þeim og fagnaði frændum sínum
og vinum með sæmd, kvað þá ástsamlega gert hafa er þeir höfðu
sótt þangað langan veg, "nefni eg til þess Björn og Helga og öllum
vil eg yður þakka er hér eruð komnir."

Síðan gekk Unnur inn í skála og sveit mikil með henni. Og er
skálinn var alskipaður fannst mönnum mikið um hversu veisla sú
var sköruleg.

Þá mælti Unnur: "Björn kveð eg að þessu bróður minn og Helga og
aðra frændur vora og vini: Bólstað þenna með slíkum búnaði sem
nú megið þér sjá sel eg í hendur Ólafi frænda mínum til eignar og
forráða."

Eftir það stóð Unnur upp og kvaðst ganga mundu til þeirrar
skemmu sem hún var vön að sofa í, bað að það skyldi hver hafa að
skemmtan sem þá væri næst skapi en mungát skyldi skemmta
alþýðunni. Svo segja menn að Unnur hafi bæði verið há og þrekleg.
Hún gekk hart utar eftir skálanum. Fundust mönnum orð um að
konan var enn virðuleg. Drukku menn um kveldið þangað til að
mönnum þótti mál að sofa.

En um daginn eftir gekk Ólafur feilan til svefnstofu Unnar
frændkonu sinnar. Og er hann kom í stofuna sat Unnur upp við
hægindin. Hún var þá önduð. Gekk Ólafur eftir það í skálann og
sagði tíðindi þessi. Þótti mönnum mikils um vert hversu Unnur
hafði haldið virðingu sinni til dauðadags. Var nú drukkið allt saman,
brullaup Ólafs og erfi Unnar. Og hinn síðasta dag boðsins var
Unnur flutt til haugs þess er henni var búinn. Hún var lögð í skip í
hauginum og mikið fé var í haug lagt með henni. Var eftir það aftur

kastaður haugurinn.

Ólafur feilan tók þá við búi í Hvammi og allri fjárvarðveislu að ráði þeirra frænda sinna er hann höfðu heim sótt. En er veisluna þrýtur gefur Ólafur stórmannlegar gjafir þeim mönnum er þar voru mest verðir áður á brott fóru.

Ólafur gerðist ríkur maður og höfðingi mikill. Hann bjó í Hvammi til elli. Börn þeirra Ólafs og Álfdísar voru Þórður gellir er átti Hróðnýju dóttur Miðfjarðar-Skeggja. Þeirra synir voru Eyjólfur grái, Þórarinn fylsenni, Þorkell kuggi. Dóttir Ólafs feilans var Þóra er átti Þorsteinn þorskabítur son Þórólfs Mostrarskeggs. Þeirra synir voru Börkur hinn digri og Þorgrímur faðir Snorra goða. Helga hét önnur dóttir Ólafs. Hana átti Gunnar Hlífarson. Þeirra dóttir var Jófríður er átti Þóroddur son Tungu-Odds en síðan Þorsteinn Egilsson. Þórunn hét enn dóttir hans. Hana átti Hersteinn son Þorkels Blund-Ketilssonar. Þórdís hét hin þriðja dóttir Ólafs. Hana átti Þórarinn Ragabróðir lögsögumaður.

Í þenna tíma er Ólafur bjó í Hvammi tekur Dala-Kollur mágur hans sótt og andaðist.

Höskuldur son Kolls var á ungum aldri er faðir hans andaðist. Hann var fyrr fullkominn að hyggju en vetratölu. Höskuldur var vænn maður og gervilegur. Hann tók við föðurleifð sinni og búi. Er sá bær við hann kenndur er Kollur hafði búið á. Hann var kallaður síðan á Höskuldsstöðum. Brátt varð Höskuldur vinsæll í búi sínu því að margar stoðar runnu undir, bæði frændur og vinir er Kollur faðir hans hafði sér aflað.

En Þorgerður Þorsteinsdóttir móðir Höskulds var þá enn ung kona og hin vænsta. Hún nam eigi yndi á Íslandi eftir dauða Kolls. Lýsir hún því fyrir Höskuldi syni sínum að hún vill fara utan með fjárhlut þann sem hún hlaut. Höskuldur kvaðst það mikið þykja ef þau skulu skilja en kvaðst þó eigi mundu þetta gera að móti henni heldur en annað.

Síðan kaupir Höskuldur skip hálft til handa móður sinni er uppi stóð í Dögurðarnesi. Réðst Þorgerður þar til skips með miklum fjárhlutum. En eftir það siglir Þorgerður á haf og verður skip það vel reiðfara og kemur við Noreg.

Þorgerður átti í Noregi mikið ætterni og marga göfga frændur. Þeir fögnuðu henni vel og buðu henni alla kosti þá sem hún vildi með þeim þiggja. Hún Þorgerður tók því vel, segir að það er hennar ætlan að staðfestast þar í landi.

Þorgerður var eigi lengi ekkja áður maður varð til að biðja hennar. Sá er nefndur Herjólfur. Hann var lendur maður að virðingu, auðigur og mikils virður. Herjólfur var mikill maður og sterkur. Ekki var hann fríður maður sýnum og þó hinn skörulegsti í yfirbragði. Allra manna var hann best vígur.

Og er að þessum málum var setið átti Þorgerður svör að veita er hún var ekkja. Og með frænda sinna ráði veikst hún eigi undan þessum ráðahag og giftist Þorgerður Herjólfi og fer heim til bús með honum. Takast með þeim góðar ástir. Sýnir Þorgerður það brátt af sér að hún er hinn mesti skörungur. Þykir ráðahagur hans nú miklu betri en áður og virðulegri er hann hefir fengið slíkrar konu sem Þorgerður var.

8. kafli - Upphaf Hrúts Herjólfssonar

Þau Herjólfur og Þorgerður höfðu eigi lengi ásamt verið áður þeim varð sonar auðið. Sá sveinn var vatni ausinn og nafn gefið og var kallaður Hrútur. Hann var snemmendis mikill og sterkur er hann óx upp. Var hann og hverjum manni betur í vexti, hár og herðibreiður, miðmjór og limaður vel með höndum og fótum. Hrútur var allra manna fríðastur sýnum eftir því sem verið höfðu þeir Þorsteinn móðurfaðir hans eða Ketill flatnefur. Hinn mesti var hann atgervimaður fyrir allra hluta sakir.

Herjólfur tók sótt og andaðist. Það þótti mönnum mikill skaði. Eftir það fýstist Þorgerður til Íslands og vildi vitja Höskulds sonar síns því að hún unni honum um alla menn fram en Hrútur var eftir með frændum sínum vel settur.

Þorgerður bjó ferð sína til Íslands og sækir heim Höskuld son sinn í Laxárdal. Hann tók sem hann kunni best við móður sinni. Átti hún auð fjár og var með Höskuldi til dauðadags. Nokkurum vetrum síðar tók Þorgerður banasótt og andaðist og var hún í haug sett en Höskuldur tók fé allt en Hrútur bróðir hans átti hálft.

9. kafli - Kvonfang Höskulds

Í þenna tíma réð Noregi Hákon Aðalsteinsfóstri. Höskuldur var hirðmaður hans. Hann var jafnan sinn vetur hvort með Hákoni konungi eða að búi sínu. Var hann nafnfrægur maður bæði í Noregi og á Íslandi.

Björn hét maður. Hann bjó í Bjarnarfirði og nam þar land. Við hann er kenndur fjörðurinn. Sá fjörður skerst í land norður frá Steingrímsfirði og gengur þar fram háls í milli. Björn var stórættaður maður og auðigur að fé. Ljúfa hét kona hans. Þeirra dóttir var Jórunn. Hún var væn kona og ofláti mikill. Hún var og skörungur mikill í vitsmunum. Sá þótti þá kostur bestur í öllum Vestfjörðum.

Af þessi konu hefir Höskuldur fréttir og það með að Björn var bestur bóndi á öllum Ströndum. Höskuldur reið heiman með tíunda mann og sækir heim Björn bónda í Bjarnarfjörð. Höskuldur fékk þar góðar viðtökur því að Björn kunni góð skil á honum. Síðan vekur Höskuldur bónorð en Björn svarar því vel og kvaðst það hyggja að dóttir hans mundi eigi vera betur gift en veik þó til hennar ráða.

En er þetta mál var við Jórunni rætt þá svarar hún á þá leið: "Þann einn spurdaga höfum vér til þín Höskuldur að vér viljum þessu vel svara því að vér hyggjum að fyrir þeirri konu sé vel séð er þér er gift en þó mun faðir minn mestu af ráða því að eg mun því samþykkjast hér um sem hann vill."

En hvort sem að þessum málum var setið lengur eða skemur þá var það af ráðið að Jórunn var föstnuð Höskuldi með miklu fé. Skyldi brullaup það vera á Höskuldsstöðum.

Ríður Höskuldur nú í brott við svo búið og heim til bús síns og er nú heima til þess er boð þetta skyldi vera. Sækir Björn norðan til boðsins með fríðu föruneyti. Höskuldur hefir og marga fyrirboðsmenn, bæði vini sína og frændur, og er veisla þessi hin skörulegasta. En er veisluna þraut þá fer hver heim til sinna heimkynna með góðri vináttu og sæmilegum gjöfum.

Jórunn Bjarnardóttir situr eftir á Höskuldsstöðum og tekur við búsumsýslu með Höskuldi. Var það brátt auðsætt á hennar högum að hún mundi vera vitur og vel að sér og margt vel kunnandi og heldur skapstór jafnan. Vel var um samfarar þeirra Höskulds og ekki margt hversdaglega.

Höskuldur gerist nú höfðingi mikill. Hann var ríkur og kappsamur og skortir eigi fé. Þótti hann í engan stað minni fyrir sér en Kollur faðir hans. Höskuldur og Jórunn höfðu eigi lengi ásamt verið áður þeim varð barna auðið. Son þeirra var nefndur Þorleikur. Hann var elstur barna þeirra. Annar hét Bárður. Dóttir þeirra hét Hallgerður er síðan var kölluð langbrók. Önnur dóttir þeirra hét Þuríður. Öll voru börn þeirra efnileg. Þorleikur var mikill maður og sterkur og hinn sýnilegsti, fálátur og óþýður. Þótti mönnum sá svipur á um hans skaplyndi sem hann mundi verða engi jafnaðarmaður. Höskuldur sagði það jafnan að hann mundi mjög líkjast í ætt þeirra Strandamanna. Bárður var skörulegur maður sýnum og vel sterkur. Það bragð hafði hann á sér sem hann mundi líkari verða föðurfrændum sínum. Bárður var hægur maður í uppvexti sínum og vinsæll maður. Höskuldur unni honum mest allra barna sinna.

Stóð nú ráðahagur Höskulds með miklum blóma og virðingu.

Þenna tíma gifti Höskuldur Gró systur sína Véleifi gamla. Þeirra son var Hólmgöngu-Bersi.

10. kafli - Af Hrappi óþokka

Hrappur hét maður er bjó í Laxárdal fyrir norðan ána, gegn Höskuldsstöðum. Sá bær hét síðan á Hrappsstöðum. Þar er nú auðn. Hrappur var Sumarliðason og kallaður Víga-Hrappur. Hann var skoskur að föðurætt en móðurkyn hans var allt í Suðureyjum og þar var hann fæðingi. Mikill maður var hann og sterkur. Ekki vildi hann láta sinn hlut þó að manna munur væri nokkur. Og fyrir það er hann var ódæll sem ritað var en vildi ekki bæta það er hann misgerði þá flýði hann vestan um haf og keypti sér þá jörð er hann bjó á. Kona hans hét Vigdís og var Hallsteinsdóttir. Son þeirra hét Sumarliði. Bróðir hennar hét Þorsteinn surtur er þá bjó í Þórsnesi, sem fyrr var ritað. Var þar Sumarliði að fóstri og var hinn efnilegsti maður.

Þorsteinn hafði verið kvongaður. Kona hans var þá önduð. Dætur átti hann tvær. Hét önnur Guðríður en önnur Ósk. Þorkell trefill átti Guðríði er bjó í Svignaskarði. Hann var höfðingi mikill og vitringur. Hann var Rauða-Bjarnarson. En Ósk dóttir Þorsteins var gefin breiðfirskum manni. Sá hét Þórarinn. Hann var hraustur og vinsæll og var með Þorsteini mági sínum því að Þorsteinn var þá hniginn og þurfti umsýslu þeirra mjög.

Hrappur var flestum mönnum ekki skapfelldur. Var hann ágangssamur við nábúa sína. Veik hann á það stundum fyrir þeim að þeim mundi þungbýlt verða í nánd honum ef þeir héldu nokkurn annan fyrir betra mann en hann. En bændur allir tóku eitt ráð, að þeir fóru til Höskulds og sögðu honum sín vandræði. Höskuldur bað sér segja ef Hrappur gerir þeim nokkuð mein "því að hvorki skal hann ræna mig mönnum né fé."

11. kafli - Af Þórði godda

Þórður goddi hét maður er bjó í Laxárdal fyrir norðan á. Sá bær heitir síðan á Goddastöðum. Hann var auðmaður mikill. Engi átti hann börn. Keypt hafði hann jörð þá er hann bjó á. Hann var nábúi Hrapps og fékk oft þungt af honum. Höskuldur sá um með honum svo að hann hélt bústað sínum.

Vigdís hét kona hans og var Ingjaldsdóttir, Ólafssonar feilans. Bróðurdóttir var hún Þórðar gellis en systurdóttir Þórólfs rauðnefs frá Sauðafelli. Þórólfur var hetja mikil og átti góða kosti. frændur hans gengu þangað jafnan til trausts. Vigdís var meir gefin til fjár en brautargengis.

Þórður átti þræl þann er út kom með honum. Sá hét Ásgautur.
Hann var mikill maður og gervilegur en þótt hann væri þræll
kallaður þá máttu fáir taka hann til jafnaðar við sig þótt frjálsir hétu
og vel kunni hann að þjóna sínum meistara. Fleiri átti Þórður þræla
þó að þessi sé einn nefndur.

Þorbjörn hét maður. Hann bjó í Laxárdal hið næsta Þórði, upp frá
bæ hans, og var kallaður skrjúpur. Auðigur var hann að fé. Mest var
það í gulli og silfri. Mikill maður var hann vexti og rammur að afli.
Engi var hann veifiskati við alþýðu manns.

Höskuldi Dala-Kollssyni þótti það ávant um rausn sína að honum
þótti bær sinn húsaður verr en hann vildi. Síðan kaupir hann skip
að hjaltneskum manni. Það skip stóð uppi í Blönduósi. Það skip
býr hann og lýsir því að hann ætlar utan en Jórunn varðveitir bú og
börn þeirra.

Nú láta þeir í haf og gefur þeim vel og tóku Noreg heldur
sunnarlega, komu við Hörðaland þar sem kaupstaðurinn í Björgvin
er síðan. Hann setur upp skip sitt og átti þar mikinn frænda afla
þótt eigi séu hér nefndir. Þá sat Hákon konungur í Víkinni.
Höskuldur fór ekki á fund Hákonar konungs því að frændur hans
tóku þar við honum báðum höndum. Var kyrrt allan þann vetur.

12. kafli - Leiðangur

Það varð til tíðinda um sumarið öndvert að konungur fór í
stefnuleiðangur austur í Brenneyjar og gerði frið fyrir land sitt eftir
því sem lög stóðu til hið þriðja hvert sumar. Sá fundur skyldi vera
lagður höfðingja í milli að setja þeim málum er konungar áttu um
að dæma. Það þótti skemmtileg för að sækja þann fund því að
þangað komu menn nær af öllum löndum þeim er vér höfum
tíðindi af. Höskuldur setti fram skip sitt. Vildi hann og sækja fund
þenna því að hann hafði eigi fundið konung á þeim vetri. Þangað
var og kaupstefnu að sækja. Fundur þessi var allfjölmennur. Þar var
skemmtan mikil, drykkjur og leikar og alls kyns gleði. Ekki varð þar

17

til stórtíðinda. Marga hitti Höskuldur þar frændur sína þá sem í Danmörku voru.

Og einn dag er Höskuldur gekk að skemmta sér með nokkura menn sá hann tjald eitt skrautlegt fjarri öðrum búðunum. Höskuldur gekk þangað og í tjaldið og sat þar maður fyrir í guðvefjarklæðum og hafði gerskan hatt á höfði. Höskuldur spurði þann mann að nafni.

Hann nefndist Gilli "en þá kannast margir við ef heyra kenningarnafn mitt. Eg er kallaður Gilli hinn gerski."

Höskuldur kvaðst oft hafa heyrt hans getið, kallaði hann þeirra manna auðgastan sem verið höfðu í kaupmannalögum.

Þá mælti Höskuldur: "Þú munt hafa þá hluti að selja oss er vér viljum kaupa."

Gilli spyr hvað þeir vilja kaupa förunautar.

Höskuldur segir að hann vill kaupa ambátt nokkura "ef þú hefir að selja."

Gilli svarar: "Þar þykist þér leita mér meinfanga um þetta er þér falið þá hluti er þér ætlið mig eigi til hafa. En það er þó eigi ráðið hvort svo ber til."

Höskuldur sá að um þvera búðina var fortjald. Þá lyfti Gilli tjaldinu og sá Höskuldur að tólf konur sátu fyrir innan tjaldið. Þá mælti Gilli að Höskuldur skyldi þangað ganga og líta á ef hann vildi nokkura kaupa af þessum konum. Höskuldur gerir svo.

Þær sátu allar saman um þvera búðina. Höskuldur hyggur að vandlega að konum þessum. Hann sá að kona sat út við tjaldskörina. Sú var illa klædd. Höskuldi leist konan fríð sýnum ef nokkuð mátti á sjá.

Þá mælti Höskuldur: "Hversu dýr skal sjá kona ef eg vil kaupa?"

Gilli svarar: "Þú skalt reiða fyrir hana þrjár merkur silfurs."

"Svo virði eg," segir Höskuldur, "sem þú munir þessa ambátt gera heldur dýrlagða því að þetta er þriggja verð."

Þá svarar Gilli: "Rétt segir þú það að eg met hana dýrra en aðrar. Kjós nú einhverja af þessum ellefu og gjalt þar fyrir mörk silfurs en þessi sé eftir í minni eign."

Höskuldur segir: "Vita mun eg fyrst hversu mikið silfur er í sjóð þeim er eg hefi á belti mér," biður Gilla taka vogina en hann leitar að sjóðnum.

Þá mælti Gilli: "Þetta mál skal fara óvélt af minni hendi því að á er ljóður mikill um ráð konunnar. Vil eg að þú vitir það Höskuldur áður við sláum kaupi þessu."

Höskuldur spyr hvað það væri.

Gilli svarar: "Kona þessi er ómála. Hefi eg marga vega leitað mála við hana og hefi eg aldrei fengið orð af henni. Er það að vísu mín ætlan að þessi kona kunni eigi að mæla."

Þá segir Höskuldur: "Lát fram reisluna og sjáum hvað vegi sjóður sá er eg hefi hér."

Gilli gerir svo. Reiða nú silfrið og voru það þrjár merkur vegnar.

Þá mælti Höskuldur: "Svo hefir nú til tekist að þetta mun verða kaup okkar. Tak þú fé þetta til þín en eg mun taka við konu þessi. Kalla eg að þú hafir drengilega af þessu máli haft því að vísu vildir þú mig eigi falsa í þessu."

Síðan gekk Höskuldur heim til búðar sinnar. Það sama kveld rekkti Höskuldur hjá henni.

19

En um morguninn eftir er menn fóru í klæði sín mælti Höskuldur: "Lítt sér stórlæti á klæðabúnaði þeim er Gilli hinn auðgi hefir þér fengið. Er það og satt að honum var meiri raun að klæða tólf en mér eina."

Síðan lauk Höskuldur upp kistu eina og tók upp góð kvenmannsklæði og seldi henni. Var það og allra manna mál að henni semdi góð klæði.

En er höfðingjar höfðu þar mælt þeim málum sem þá stóðu lög til var slitið fundi þessum. Síðan gekk Höskuldur á fund Hákonar konungs og kvaddi hann virðulega sem skaplegt var.

Konungur sá við honum og mælti: "Tekið mundum vér hafa kveðju þinni Höskuldur þótt þú hefðir nokkuru fyrr oss fagnað og svo skal enn vera."

13. kafli - Útkoma Höskuldar

Eftir þetta tók konungur með allri blíðu Höskuldi og bað hann ganga á sitt skip "og ver með oss meðan þú vilt í Noregi vera."

Höskuldur svarar: "Hafið þökk fyrir boð yðvart en nú á eg þetta sumar margt að starfa. Hefir það mjög til haldið er eg hefi svo lengi dvalið að sækja yðvarn fund að eg ætlaði að afla mér húsaviðar."

Konungur bað hann halda skipinu til Víkurinnar. Höskuldur dvaldist með konungi um hríð. Konungur fékk honum húsavið og lét ferma skipið.

Þá mælti konungur til Höskulds: "Eigi skal dvelja þig hér með oss lengur en þér líkar en þó þykir oss vandfengið manns í stað þinn."

Síðan leiddi konungur Höskuld til skips og mælti: "Að sómamanni hefi eg þig reyndan og nær er það minni ætlan að þú siglir nú hið síðasta sinn af Noregi svo að eg sé hér yfirmaður."

Konungur dró gullhring af hendi sér, þann er vó mörk, og gaf
Höskuldi og sverð gaf hann honum annan grip, það er til kom hálf
mörk gulls. Höskuldur þakkaði konungi gjafirnar og þann allan
sóma er hann hafði fram lagið.

Síðan stígur Höskuldur á skip sitt og siglir til hafs. Þeim byrjaði vel
og komu að fyrir sunnan land, sigldu síðan vestur fyrir Reykjanes og
svo fyrir Snæfellsnes og inn í Breiðafjörð. Höskuldur lenti í
Laxárósi, lætur þar bera farm af skipi sínu en setja upp skipið fyrir
innan Laxá og gerir þar hróf að og sér þar tóftina sem hann lét gera
hrófið. Þar tjaldaði hann búðir og er það kallaður Búðardalur.

Síðan lét Höskuldur flytja heim viðinn og var það hægt því að eigi
var löng leið. Ríður Höskuldur eftir það heim við nokkura menn og
fær viðtökur góðar sem von er. Þar hafði og fé vel haldist síðan.
Jórunn spyr hver kona sú væri er í för var með honum.

Höskuldur svarar: "Svo mun þér þykja sem eg svari þér skætingu.
Eg veit eigi nafn hennar."

Jórunn mælti: "Það mun tveimur skipta að sá kvittur mun loginn er
fyrir mig er kominn eða þú munt hafa talað við hana jafnmargt sem
spurt hafa hana að nafni."

Höskuldur kvaðst þess eigi þræta mundu og segir henni hið sanna
og bað þá þessi konu virkta og kvað það nær sínu skapi að hún væri
heima þar að vistafari.

Jórunn mælti: "Eigi mun eg deila við frillu þína þá er þú hefir flutt
af Noregi þótt hún kynni góðra návist en nú þykir mér það allra
sýnst ef hún er bæði dauf og mállaus."

Höskuldur svaf hjá húsfreyju sinni hverja nótt síðan hann kom
heim en hann var fár við frilluna. Öllum mönnum var auðsætt
stórmennskumót á henni og svo það að hún var engi afglapi.

Og á ofanverðum vetri þeim fæddi frilla Höskulds sveinbarn. Síðan

21

var Höskuldur þangað kallaður og var honum sýnt barnið. Sýndist honum sem öðrum að hann þóttist eigi séð hafa vænna barn né stórmannlegra. Höskuldur var að spurður hvað sveinninn skyldi heita. Hann bað sveininn kalla Ólaf því að þá hafði Ólafur feilan andast litlu áður, móðurbróðir hans. Ólafur var afbragð flestra barna. Höskuldur lagði ást mikla við sveininn.

Um sumarið eftir mælti Jórunn að frillan mundi upp taka verknað nokkurn eða fara í brott ella. Höskuldur bað hana vinna þeim hjónum og gæta þar við sveins síns. En þá er sveinninn var tvævetur þá var hann almæltur og rann einn saman sem fjögurra vetra gömul börn.

Það var til tíðinda einn morgun er Höskuldur var genginn út að sjá um bæ sinn. Veður var gott. Skein sól og var lítt á loft komin. Hann heyrði mannamál. Hann gekk þangað til sem lækur féll fyrir túnbrekkunni. Sá hann þar tvo menn og kenndi. Var þar Ólafur son hans og móðir hans. Fær hann þá skilið að hún var eigi mállaus því að hún talaði þá margt við sveininn. Síðan gekk Höskuldur að þeim og spyr hana að nafni og kvað henni ekki mundu stoða að dyljast lengur. Hún kvað svo vera skyldu. Setjast þau niður á túnbrekkuna.

Síðan mælti hún: "Ef þú vilt nafn mitt vita þá heiti eg Melkorka."

Höskuldur bað hana þá segja lengra ætt sína.

Hún svarar: "Mýrkjartan heitir faðir minn. Hann er konungur á Írlandi. Eg var þaðan hertekin fimmtán vetra gömul."

Höskuldur kvað hana helsti lengi hafa þagað yfir svo góðri ætt.

Síðan gekk Höskuldur inn og sagði Jórunni hvað til nýlundu hafði gerst í ferð hans. Jórunn kvaðst eigi vita hvað hún segði satt, kvað sér ekki um kynjamenn alla og skilja þau þessa ræðu. Var Jórunn hvergi betur við hana en áður en Höskuldur nokkuru fleiri.

Og litlu síðar er Jórunn gekk að sofa togaði Melkorka af henni og lagði skóklæðin á gólfið. Jórunn tók sokkana og keyrði um höfuð henni. Melkorka reiddist og setti hnefann á nasar henni svo að blóð varð laust. Höskuldur kom að og skildi þær.

Eftir það lét hann Melkorku í brott fara og fékk henni þar bústað uppi í Laxárdal. Þar heitir síðan á Melkorkustöðum. Þar er nú auðn. Það er fyrir sunnan Laxá. Setur Melkorka þar bú saman. Fær Höskuldur þar til bús allt það er hafa þurfti og fór Ólafur son þeirra með henni. Brátt sér það á Ólafi er hann óx upp að hann mundi verða mikið afbragð annarra manna fyrir vænleiks sakir og kurteisi.

14. kafli - Þórólfur vó Hall

Ingjaldur hét maður. Hann bjó í Sauðeyjum. Þær liggja á Breiðafirði. Hann var kallaður Sauðeyjargoði. Hann var auðigur maður og mikill fyrir sér. Hallur hét bróðir hans. Hann var mikill maður og efnilegur. Hann var félítill maður. Engi var hann nytjungur kallaður af flestum mönnum. Ekki voru þeir bræður samþykkir oftast. Þótti Ingjaldi Hallur lítt vilja sig semja í sið dugandi manna en Halli þótti Ingjaldur lítt vilja sitt ráð hefja til þroska.

Veiðistöð sú liggur á Breiðafirði er Bjarneyjar heita. Þær eyjar eru margar saman og voru mjög gagnauðgar. Í þann tíma sóttu menn þangað mjög til veiðifangs. Var og þar fjölmennt mjög öllum misserum. Mikið þótti spökum mönnum undir því að menn ættu gott saman í útverjum. Var það þá mælt að mönnum yrði ógæfra um veiðifang ef missáttir yrðu. Gáfu og flestir menn að því góðan gaum.

Það er sagt eitthvert sumar að Hallur bróðir Ingjalds Sauðeyjargoða kom í Bjarneyjar og ætlaði til fangs. Hann tók sér skipan með þeim manni er Þórólfur hét. Hann var breiðfirskur maður og hann var nálega lausingi einn félaus og þó frálegur maður. Hallur er þar um hríð og þykist hann mjög fyrir öðrum mönnum.

Það var eitt kveld að þeir koma að landi, Hallur og Þórólfur, og skyldu skipta fengi sínu. Vildi Hallur bæði kjósa og deila því að hann þóttist þar meiri maður fyrir sér. Þórólfur vildi eigi láta sinn hlut og var allstórorður. Skiptust þeir nokkurum orðum við og þótti sinn veg hvorum. Þrífur þá Hallur upp höggjárn er lá hjá honum og vill færa í höfuð Þórólfi. Nú hlaupa menn í milli þeirra og stöðva Hall en hann var hinn óðasti og gat þó engu á leið komið að því sinni og ekki varð fengi þeirra skipt. Réðst nú Þórólfur á brott um kveldið en Hallur tók einn upp fang það er þeir áttu báðir því að þá kenndi að ríkismunar. Fær nú Hallur sér mann í stað Þórólfs á skipið. Heldur nú til fangs sem áður.

Þórólfur unir illa við sinn hlut. Þykist hann mjög svívirður vera í þeirra skiptum. Er hann þar þó í eyjunum og hefir það að vísu í hug sér að rétta þenna krók er honum var svo nauðulega beygður. Hallur uggir ekki að sér og hugsar það að engir menn muni þora að halda til jafns við hann þar í átthaga hans.

Það var einn góðan veðurdag að Hallur reri og voru þeir þrír á skipi. Bítur vel á um daginn. Róa þeir heim að kveldi og eru mjög kátir. Þórólfur hefir njósn af athöfn Halls um daginn og er staddur í vörum um kveldið þá er þeir Hallur koma að landi. Hallur reri í hálsi fram. Hann hleypur fyrir borð og ætlar að taka við skipinu. Og er hann hleypur á land þá er Þórólfur þar nær staddur og höggur til hans þegar. Kom höggið á hálsinn við herðarnar og fýkur af höfuðið. Þórólfur snýr á brott eftir það en þeir félagar Halls styrma yfir honum.

Spyrjast nú þessi tíðindi um eyjarnar, víg Halls, og þykja það mikil tíðindi því að maður var kynstór þótt hann hefði engi auðnumaður verið. Þórólfur leitar nú á brott úr eyjunum því að hann veit þar engra þeirra manna von er skjóli muni skjóta yfir hann eftir þetta stórvirki. Hann átti þar og enga frændur þá er hann mætti sér trausts af vænta en þeir menn sátu nær er vís von var að um líf hans mundu sitja og höfðu mikið vald svo sem var Ingjaldur Sauðeyjargoði bróðir Halls.

Þórólfur fékk sér flutning inn til meginlands. Hann fer mjög huldu höfði. Er ekki af sagt hans ferð áður hann kemur einn dag að

24

kveldi á Goddastaði. Vigdís kona Þórðar godda var nokkuð skyld Þórólfi og sneri hann því þangað til bæjar. Spurn hafði Þórólfur af því áður hversu þar var háttað, að Vigdís var meiri skörungur í skapi en Þórður bóndi hennar. Og þegar um kveldið er Þórólfur var þar kominn gengur hann til fundar við Vigdísi og segir henni til sinna vandræða og biður hana ásjá.

Vigdís svarar á þá leið hans máli: "Ekki dylst eg við skuldleika okkra. Þykir mér og þann veg aðeins verk þetta er þú hefir unnið að eg kalla þig ekki að verra dreng. En þó sýnist mér svo sem þeir menn muni veðsetja bæði sig og fé sitt er þér veita ásjá svo stórir menn sem hér munu veita eftirsjár. En Þórður bóndi minn," segir hún, "er ekki garpmenni mikið en úrráð vor kvenna verða jafnan með lítilli forsjá ef nokkurs þarf við. En þó nenni eg eigi með öllu að víkjast undan við þig alls þú hefir þó hér til nokkurrar ásjá ætlað."

Eftir það leiðir Vigdís hann í útibúr eitt og biður hann þar bíða sín. Setur hún þar lás fyrir.

Síðan gekk hún til Þórðar og mælti: "Hér er kominn maður til gistingar sá er Þórólfur heitir en hann er skyldur mér nokkuð. Þættist hann þurfa hér lengri dvöl ef þú vildir að svo væri."

Þórði kvaðst ekki vera um mannasetur, bað hann hvílast þar um daginn eftir ef honum væri ekki á höndum en verða í brottu sem skjótast ellegar.

Vigdís svarar: "Veitt hefi eg honum áður gisting og mun eg þau orð eigi aftur taka þótt hann eigi sér eigi jafna vini alla."

Eftir það sagði hún Þórði vígið Halls og svo það að Þórólfur hafði vegið hann, er þá var þar kominn.

Þórður varð styggur við þetta, kvaðst það víst vita að Ingjaldur mundi mikið fé taka af honum fyrir þessa björg er nú var veitt honum "er hér hafa hurðir verið loknar eftir þessum manni."

Vigdís svarar: "Eigi skal Ingjaldur fé taka af þér fyrir einnar nætur björg því að hann skal hér vera í allan vetur."

Þórður mælti: "Þann veg máttu mér mest upp tefla og að móti er það mínu skapi að slíkur óhappamaður sé hér."

En þó var Þórólfur þar um veturinn.

Þetta spurði Ingjaldur er eftir bróður sinn átti að mæla. Hann býr ferð sína í Dali inn að áliðnum vetri, setti fram ferju er hann átti. Þeir voru tólf saman. Þeir sigla vestan útnyrðing hvassan og lenda í Laxárósi um kveldið, setja upp ferjuna en fara á Goddastaði um kveldið og koma ekki á óvart. Er þar tekið vel við þeim.

Ingjaldur brá Þórði á mál og sagði honum erindi sitt að hann kveðst þar hafa spurt til Þórólfs bróðurbana síns. Þórður kvað það engu gegna.

Ingjaldur bað hann eigi þræta "og skulum við eiga kaup saman, að þú sel manninn fram og lát mig eigi þurfa þraut til en eg hefi hér þrjár merkur silfurs er þú skalt eignast. Upp mun eg og gefa þér sakir þær er þú hefir gert á hendur þér í björgum við Þórólf."

Þórði þótti féið fagurt en var heitið uppgjöf um sakir þær er hann hafði áður kvítt mest að hann mundi féskurð af hljóta.

Þórður mælti þá: "Nú mun eg sveipa af fyrir mönnum um tal okkart en þetta mun þó verða kaup okkart."

Þeir sváfu til þess er á leið nóttina og var stund til dags.

15. kafli

Síðan stóðu þeir Ingjaldur upp og klæddust. Vigdís spurði Þórð hvað í tali hefði verið með þeim Ingjaldi um kveldið.

Hann kvað þá margt talað hafa en það samið að uppi skyldi vera

26

rannsókn en þau úr málinu ef Þórólfur hittist eigi þar: "Lét eg nú Ásgaut þræl minn fylgja manninum á brott."

Vigdísi kvaðst ekki vera um lygi, kvað sér og leitt vera að Ingjaldur snakaði um hús hennar en bað hann þó þessu ráða. Síðan rannsakaði Ingjaldur þar og hitti eigi þar manninn.

Í þann tíma kom Ásgautur aftur og spurði Vigdís hvar hann skildist við Þórólf.

Ásgautur svarar: "Eg fylgdi honum til sauðahúsa vorra sem Þórður mælti fyrir."

Vigdís mælti: "Mun nokkuð meir á götu Ingjalds en þetta þá er hann fer til skips? Og eigi skal til hætta hvort þeir hafa eigi þessa ráðagerð saman borið í gærkveld. Vil eg að þú farir þegar og fylgir honum í brott sem tíðast. Skaltu fylgja honum til Sauðafells á fund Þórólfs. Með því að þú gerir svo sem eg býð þér skaltu nokkuð eftir taka. Frelsi mun eg þér gefa og fé það að þú sért fær hvert er þú vilt."

Ásgautur játtaði því og fór til sauðahússins og hitti þar Þórólf. Hann bað þá fara á brott sem tíðast.

Í þenna tíma ríður Ingjaldur af Goddastöðum því að hann ætlaði að heimta þá verð fyrir silfrið. Og er hann var kominn ofan frá bænum þá sjá þeir tvo menn fara í móti sér og var þar Ásgautur og Þórólfur. Þetta var snemma um morgun svo að lítt var lýst af degi.

Þeir Ásgautur og Þórólfur voru komnir í svo mikinn klofa að Ingjaldur var á aðra hönd en Laxá á aðra hönd. Áin var ákaflega mikil. Voru höfuðísar að báðum megin en gengin upp eftir miðju og var áin allill að sækja.

Þórólfur mælti við Ásgaut: "Nú þykir mér sem við munum eiga tvo kosti fyrir höndum. Sá er kostur annar að bíða þeirra hér við ána og verjast eftir því sem okkur endist hreysti til og drengskapur en þó er þess meiri von að þeir Ingjaldur sæki líf okkart skjótt. Sá er annar kostur að ráða til árinnar og mun það þykja þó enn með nokkurri hættu."

Ásgautur biður hann ráða, kvaðst nú ekki munu við hann skiljast "hvert ráð sem þú vilt upp taka hér um."

Þórólfur svarar: "Til árinnar munum við leita."

Og svo gera þeir, búa sig sem léttlegast. Eftir það ganga þeir ofan fyrir höfuðísinn og leggjast til sunds. Og með því að menn voru hraustir og þeim varð lengra lífs auðið þá komast þeir yfir ána og upp á höfuðísinn öðrum megin. Það er mjög jafnskjótt er þeir eru komnir yfir ána að Ingjaldur kemur að öðrum megin að ánni og förunautar hans.

Þá tekur Ingjaldur til orða og mælti til förunauta sinna: "Hvað er nú til ráðs? Skal ráða til árinnar eða eigi?"

Þeir sögðu að hann mundi ráða, sögðust og hans forsjá mundu hlíta að. Þó sýndist þeim áin óyfirfærileg.

Ingjaldur kvað svo vera "og munum vér frá hverfa ánni."

En er þeir Þórólfur sjá þetta, að þeir Ingjaldur ráða eigi til árinnar, þá vinda þeir fyrst klæði sín og búa sig til göngu og ganga þann dag allan, koma að kveldi til Sauðafells. Þar var vel við þeim tekið því að þar var allra manna gisting. Og þegar um kveldið gengur Ásgautur á fund Þórólfs rauðnefs og sagði honum alla vöxtu sem á voru um þeirra erindi, að Vigdís frændkona hans hafði þenna mann sent honum til halds og trausts er þar var kominn, sagði honum allt hve farið hafði með þeim Þórði godda. Þar með ber hann fram jartegnir þær er Vigdís hafði sent til Þórólfs.

Þórólfur svarar á þá leið: "Ekki mun eg dyljast við jartegnir þessar. Mun eg að vísu taka við þessum manni að orðsending hennar. Þykir mér Vigdísi þetta mál drengilega hafa farið. Er það mikill harmur er þvílík kona skal hafa svo óskörulegt gjaforð. Skaltu Ásgautur dveljast hér þvílíka hríð sem þér líkar."

Ásgautur kvaðst ekki lengi þar mundu dveljast.

Þórólfur tekur nú við nafna sínum og gerist hann hans fylgdarmaður en þeir Ásgautur skiljast góðir vinir og fer Ásgautur heimleiðis.

Nú er að segja frá Ingjaldi að hann snýr heim á Goddastaði þá er þeir Þórólfur höfðu skilist. Þar voru þá komnir menn af næstum bæjum að orðsending Vigdísar. Voru þar eigi færri karlar fyrir en tuttugu.

En er þeir Ingjaldur koma á bæinn þá kallar hann Þórð til sín og mælti við hann: "Ódrengilega hefir þér farið til vor Þórður," segir hann, "því að vér höfum það fyrir satt að þú hafir manninum á brott skotið."

Þórður kvað hann eigi satt hafa á höndum sér um þetta mál. Kemur nú upp öll þeirra ráðagerð, Ingjalds og Þórðar. Vill Ingjaldur nú hafa fé sitt það er hann hafði fengið Þórði í hendur.

Vigdís var þá nær stödd tali þeirra og segir þeim farið hafa sem maklegt var, biður Þórð ekki halda á fé þessu "því að þú Þórður," segir hún, "hefir þessa fjár ódrengilega aflað."

Þórður kvað hana þessu ráða mundu vilja.

Eftir þetta gengur Vigdís inn og til erkur þeirrar er Þórður átti og finnur þar í niðri digran fésjóð. Hún tekur upp sjóðinn og gengur út með og þar til er Ingjaldur var og biður hann taka við fénu. Ingjaldur verður við þetta léttbrúnn og réttir höndina að móti fésjóðnum. Vigdís hefur upp fésjóðinn og rekur á nasar honum svo að þegar féll blóð á jörð. Þar með velur hún honum mörg hæðileg orð og það með að hann skal þetta fé aldregi fá síðan, biður hann á brott fara. Ingjaldur sér sinn kost þann hinn besta að verða á brottu sem fyrst og gerir hann svo og léttir eigi ferð sinni fyrr en hann kemur heim og unir illa við sína ferð.

16. kafli

Í þenna tíma kemur Ásgautur heim. Vigdís fagnar honum vel og frétti hversu góðar viðtökur þeir hefðu að Sauðafelli. Hann lætur vel yfir og segir henni ályktarorð þau er Þórólfur hafði mælt. Henni hugnaðist það vel.

"Hefir þú nú Ásgautur," segir hún, "vel farið með þínu efni og trúlega. Skaltu nú og vita skjótlega til hvers þú hefir unnið. Eg gef þér frelsi svo að þú skalt frá þessum degi frjáls maður heita. Hér með skaltu taka við fé því er Þórður tók til höfuðs Þórólfi frænda mínum. Er nú féið betur niður komið."

Ásgautur þakkaði henni þessa gjöf með fögrum orðum.

Þetta sumar eftir tekur Ásgautur sér fari í Dögurðarnesi og lætur skip það í haf. Þeir fá veður stór og ekki langa útivist. Taka þeir Noreg. Síðan fer Ásgautur til Danmerkur og staðfestist þar og þótti hraustur drengur. Og endir þar sögu frá honum.

En eftir ráðagerð þeirra Þórðar godda og Ingjalds Sauðeyjargoða, þá er þeir vildu ráða bana Þórólfi frænda Vigdísar, lét hún þar fjandskap í móti koma og sagði skilið við Þórð godda og fór hún til frænda sinna og sagði þeim þetta. Þórður gellir tók ekki vel á þessu og var þó kyrrt.

Vigdís hafði eigi meira fé á brott af Goddastöðum en gripi sína. Þeir Hvammverjar létu fara orð um að þeir ætluðu sér helming fjár þess er Þórður goddi hafði að varðveita. Hann verður við þetta klökkur mjög og ríður þegar á fund Höskulds og segir honum til vandræða sinna.

Höskuldur mælti: "Skotið hefir þér þá skelk í bringu er þú hefir eigi átt að etja við svo mikið ofurefli."

Þá bauð Þórður Höskuldi fé til liðveislu og kvaðst eigi mundu smátt á sjá.

Höskuldur segir: "Reynt er það að þú vilt að engi maður njóti fjár þíns svo að þú sættist á það."

Þórður svarar: "Eigi skal nú það þó því að eg vil gjarna að þú takir handsölum á öllu fénu. Síðan vil eg bjóða Ólafi syni þínum til fósturs og gefa honum allt fé eftir minn dag því að eg á engan erfingja hér á landi og hygg eg að þá sé betur komið féið heldur en frændur Vigdísar skelli hrömmum yfir."

Þessu játtaði Höskuldur og lætur binda fastmælum.

Þetta líkaði Melkorku þungt, þótti fóstrið of lágt.

Höskuldur kvað hana eigi sjá kunna: "Er Þórður gamall maður og barnlaus og ætla eg Ólafi allt fé eftir hans dag en þú mátt hitta hann ávallt er þú vilt."

Síðan tók Þórður við Ólafi sjö vetra gömlum og leggur við hann mikla ást. Þetta spyrja þeir menn er mál áttu við Þórð godda og þótti nú fjárheimtan komin fastlegar en áður.

Höskuldur sendi Þórði gelli góðar gjafir og bað hann eigi styggjast við þetta, því að þeir máttu engi fé heimta af Þórði fyrir laga sakir, kvað Vigdísi engar sakir hafa fundið Þórði þær er sannar væru og til brautgangs mættu metast "og var Þórður eigi að verr menntur þótt hann leitaði sér nokkurs ráðs að koma þeim manni af sér er settur var á fé hans og svo var sökum horfinn sem hrísla eini."

En er þessi orð komu til Þórðar frá Höskuldi og þar með stórar fégjafir þá sefaðist Þórður gellir og kvaðst það hyggja að það fé væri vel komið er Höskuldur varðveitti og tók við gjöfum og var þetta kyrrt síðan og um nokkuru færra en áður.

Ólafur vex upp með Þórði godda og gerist mikill maður og sterkur.

31

Svo var hann vænn maður að eigi fékkst hans jafningi. Þá er hann var tólf vetra gamall reið hann til þings og þótti mönnum það mikið erindi úr öðrum sveitum að undrast hversu hann var ágætlega skapaður. Þar eftir hélt Ólafur sig að vopnabúnaði og klæðum. Var hann því auðkenndur frá öllum mönnum. Miklu var ráð Þórðar godda betra síðan Ólafur kom til hans. Höskuldur gaf honum kenningarnafn og kallaði pá. Það nafn festist við hann.

17. kafli - Dauði Hrapps

Það er sagt frá Hrapp að hann gerðist úrigur viðureignar, veitti nú nábúum sínum svo mikinn ágang að þeir máttu varla halda hlut sínum fyrir honum. Hrappur gat ekki fang á Þórði fengið síðan Ólafur færðist á fætur. Hrappur hafði skaplyndi hið sama en orkan þvarr því að elli sótti á hendur honum svo að hann lagðist í rekkju af.

Þá kallaði Hrappur til sín Vigdísi konu sína og mælti: "Ekki hefi eg verið kvellisjúkur," segir hann, "er og það líkast að þessi sótt skilji vorar samvistur. En þá að eg er andaður þá vil eg mér láta gröf grafa í eldhúsdyrum og skal mig niður setja standanda þar í dyrunum. Má eg þá enn vendilegar sjá yfir híbýli mín."

Eftir þetta deyr Hrappur.

Svo var með öllu farið sem hann hafði fyrir sagt því að hún treystist eigi öðru. En svo illur sem hann var viðureignar þá er hann lifði þá jók nú miklu við er hann var dauður því að hann gekk mjög aftur. Svo segja menn að hann deyddi flest hjón sín í afturgöngunni. Hann gerði mikinn ómaka þeim flestum er í nánd bjuggu. Var eyddur bærinn á Hrappsstöðum.

Vigdís kona Hrapps réðst vestur til Þorsteins surts bróður síns. Tók hann við henni og fé hennar.

Nú var enn sem fyrr að menn fóru á fund Höskulds og sögðu honum til þeirra vandræða er Hrappur gerir mönnum og biðja hann nokkuð úr ráða. Höskuldur kvað svo vera skyldu, fer með nokkura menn á Hrappsstaði og lætur grafa upp Hrapp og færa hann í brott þar er síst væri fjárgangur í nánd eða mannaferðir. Eftir þetta nemast af heldur afturgöngur Hrapps.

Sumarliði son Hrapps tók fé eftir hann og var bæði mikið og frítt. Sumarliði gerði bú á Hrappsstöðum um vorið eftir og er hann hafði þar litla hríð búið þá tók hann ærsl og dó litlu síðar.

Nú á Vigdís móðir hans að taka þar ein fé þetta allt. Hún vill eigi fara til landsins á Hrappsstöðum. Tekur nú Þorsteinn surtur fé þetta undir sig til varðveislu. Þorsteinn var þá hniginn nokkuð og þó hinn hraustasti og vel hress.

18. kafli - Af þeim Surts sonum

Í þann tíma hófust þeir upp til mannvirðingar í Þórsnesi frændur Þorsteins, Börkur hinn digri og Þorgrímur bróðir hans. Brátt fannst það á að þeir bræður vildu þá vera þar mestir menn og mest metnir. Og er Þorsteinn finnur það þá vill hann eigi við þá bægjast, lýsir því fyrir mönnum að hann ætlar að skipta um bústaði og ætlaði að fara byggðum á Hrappsstaði í Laxárdal.

Þorsteinn surtur bjó ferð sína af vorþingi en smali var rekinn eftir ströndinni. Þorsteinn skipaði ferju og gekk þar á með tólfta mann. Var þar Þórarinn á mágur hans og Ósk Þorsteinsdóttir og Hildur hennar dóttir er enn fór með þeim og var hún þrevetur.

Þorsteinn tók útsynning hvassan. Sigla þeir inn að straumum í þann straum er hét Kolkistustraumur. Sá er í mesta lagi þeirra strauma er á Breiðafirði eru. Þeim tekst siglingin ógreitt. Heldur það mest til þess að þá var komið útfall sjávar en byrinn ekki vinveittur því að skúraveður var á og var hvasst veðrið þá er rauf en vindlítið þess í milli. Þórarinn stýrði og hafði aktaumana um herðar sér því að þröngt var á skipinu. Var hirslum mest hlaðið og varð hár farmurinn en löndin voru nær. Gekk skipið lítið því að straumurinn gerðist óður að móti. Síðan sigla þeir á sker upp og brutu ekki að. Þorsteinn bað fella seglið sem skjótast, bað menn taka forka og ráða af skipinu. Þessa ráðs var freistað og dugði eigi því að svo var djúpt á bæði borð að forkarnir kenndu eigi niður og varð þar að bíða aðfalls. Fjarar nú undan skipinu.

Þeir sáu sel í strauminum um daginn, meira miklu en aðra. Hann fór í hring um skipið um daginn og var ekki fitjaskammur. Svo sýndist þeim öllum sem mannsaugu væru í honum. Þorsteinn bað þá skjóta selinn. Þeir leita við og kom fyrir ekki. Síðan féll sjór að. Og er nær hafði að skipið mundi fljóta þá rekur á hvassviðri mikið og hvelfir skipinu og drukkna nú menn allir þeir er þar voru á skipinu nema einn maður. Þann rak á land með viðum. Sá hét Guðmundur. Þar heita síðan Guðmundareyjar.

Guðríður átti að taka arf eftir Þorstein surt föður sinn, er átti Þorkell trefill. Þessi tíðindi spyrjast víða, drukknun Þorsteins surts og þeirra manna er þar höfðu látist. Þorkell sendir þegar orð þessum manni, Guðmundi, er þar hafði á land komið. Og er hann kemur á fund Þorkels þá slær Þorkell við hann kaupi á laun að hann skyldi svo greina frásögn um líflát manna sem hann segði fyrir. Því játti Guðmundur. Heimtir nú Þorkell af honum frásögn um atburð þenna svo að margir menn voru hjá. Þá segir Guðmundur svo, kvað Þorstein hafa fyrst drukknað, þá Þórarin mág hans. Þá átti Hildur að taka féið því að hún var dóttir Þórarins, þá kvað hann meyna drukkna því að þar næst var Ósk hennar arfi, móðir hennar, og lést hún þeirra síðast. Bar þá féið allt undir Þorkel trefil því að Guðríður kona hans átti fé að taka eftir systur sína.

Nú reiðist þessi frásögn af Þorkatli og hans mönnum en Guðmundur hafði áður nokkuð öðruvísa sagt. Nú þótti þeim frændum Þórarins nokkuð ifanleg sjá saga og kölluðust eigi mundu trúnað á leggja raunarlaust og töldu þeir sér fé hálft við Þorkel. En Þorkell þykist einn eiga og bað gera til skírslu að sið þeirra. Það var þá skírsla í það mund að ganga skyldi undir jarðarmen það er torfa var ristin úr velli. Skyldu endarnir torfunnar vera fastir í vellinum en sá maður er skírsluna skyldi fram flytja skyldi þar ganga undir. Þorkell trefill grunar nokkuð hvort þannig mun farið hafa um líflát manna sem þeir Guðmundur höfðu sagt hið síðara sinni.

Ekki þóttust heiðnir menn minna eiga í ábyrgð þá er slíka hluti skyldi fremja en nú þykjast eiga kristnir menn þá er skírslur eru gervar. Þá varð sá skír er undir jarðarmen gekk ef torfan féll eigi á hann.

Þorkell gerði ráð við tvo menn að þeir skyldu sig láta á skilja um einnhvern hlut og vera þar nær staddir þá er skírslan væri frömd og koma við torfuna svo mjög að allir sæju að þeir felldu hana. Eftir þetta ræður sá til er skírsluna skyldi af höndum inna og jafnskjótt sem hann var kominn undir jarðarmenið hlaupast þessir menn að mót með vopnum sem til þess voru settir, mætast þeir hjá torfubugnum og liggja þar fallnir og fellur ofan jarðarmenið sem von var. Síðan hlaupa menn í millum þeirra og skilja þá. Var það auðvelt því að þeir börðust með engum háska. Þorkell trefill leitaði orðróms um skírsluna. Mæltu nú allir hans menn að vel mundi hlýtt hafa ef engir hefðu spillt. Síðan tók Þorkell lausafé allt en löndin leggjast upp á Hrappsstöðum.

19. kafli - Útkoma Hrúts

Nú er frá Höskuldi að segja að ráð hans er virðulegt. Var hann höfðingi mikill. Hann varðveitti mikið fé er átti Hrútur Herjólfsson bróðir hans. Margir menn mæltu það að nokkuð mundu ganga skorbíldar í fé Höskulds ef hann skyldi vandlega út gjalda móðurarf hans.

Hrútur er hirðmaður Haralds konungs Gunnhildarsonar og hafði af honum mikla virðing. Hélt það mest til þess að hann gafst best í öllum mannraunum. En Gunnhildur drottning lagði svo miklar mætur á hann að hún hélt engin hans jafningja innan hirðar hvorki í orðum né öðrum hlutum. En þó að mannjafnaður væri hafður og til ágætis manna talað þá var það öllum mönnum auðsætt að Gunnhildi þótti hyggjuleysi til ganga eða öfund ef nokkurum manni var til Hrúts jafnað.

Með því að Hrútur átti að vitja til Íslands fjárhlutar mikils og göfugra frænda þá fýsist hann að vitja þess, býr nú ferð sína til Íslands. Konungur gaf honum skip að skilnaði og kallaðist hann reynt hafa að góðum dreng.

Gunnhildur leiddi Hrút til skips og mælti: "Ekki skal þetta lágt mæla að eg hefi þig reyndan að miklum ágætismanni því að þú hefir atgervi jafnfram hinum bestum mönnum hér í landi en þú hefir vitsmuni langt umfram."

Síðan gaf hún honum gullhring og bað hann vel fara, brá síðan skikkjunni að höfði sér og gekk snúðigt heim til bæjar.

En Hrútur stígur á skip og siglir í haf. Honum byrjaði vel og tók Breiðafjörð. Hann siglir inn að eyjum. Síðan siglir hann inn Breiðasund og lendir við Kambsnes og bar bryggjur á land. Skipkoman spurðist og svo það að Hrútur Herjólfsson var stýrimaður. Ekki fagnar Höskuldur þessum tíðindum og eigi fór hann á fund hans.

Hrútur setur upp skip sitt og býr um. Þar gerði hann bæ er síðan heitir á Kambsnesi. Síðan reið Hrútur á fund Höskulds og heimtir móðurarf sinn. Höskuldur kvaðst ekki fé eiga að gjalda, kvað eigi móður sína hafa farið félausa af Íslandi þá er hún kom til móts við Herjólf. Hrúti líkar illa og reið í brott við svo búið. Allir frændur Hrúts gera sæmilega til hans, aðrir en Höskuldur.

Hrútur bjó þrjá vetur á Kambsnesi og heimtir jafnan fé að Höskuldi á þingum eða öðrum lögfundum og var vel talaður. Kölluðu það flestir að Hrútur hefði rétt að mæla. En Höskuldur flutti það að Þorgerður var eigi að hans ráði gift Herjólfi en lést vera lögráðandi móður sinnar og skilja við það.

Það sama haust eftir fór Höskuldur að heimboði til Þórðar godda. Þetta spyr Hrútur og reið hann á Höskuldsstaði við tólfta mann. Hann rak á brott naut tuttugu. Jafnmörg lét hann eftir. Síðan sendi hann mann til Höskulds og bað segja hvert eftir fé var að leita. Húskarlar Höskulds hlupu þegar til vopna og voru ger orð þeim er næstir voru og urðu þeir fimmtán saman. Reið hver þeirra svo sem mátti hvatast. Þeir Hrútur sáu eigi fyrr eftirreiðina en þeir áttu skammt til garðs á Kambsnesi. Stíga þeir Hrútur þegar af baki og binda hesta sína og ganga fram á mel nokkurn og sagði Hrútur að þeir mundu þar við taka, kvaðst það hyggja þótt seint gengi fjárheimtan við Höskuld að eigi skyldi það spyrjast að hann rynni fyrir þrælum hans. Förunautar Hrúts sögðu að liðsmunur mundi vera. Hrútur kvaðst það ekki hirða, kvað þá því verrum förum fara skyldu sem þeir væru fleiri. Þeir Laxdælir hljópu nú af hestum sínum og bjuggust nú við. Hrútur bað þá ekki meta muninn og hleypur í móti þeim. Hann hafði hj álm á höfði en sverð brugðið í hendi en skjöld í annarri. Hann var vígur allra manna best. Svo var Hrútur þá óður að fáir gátu fylgt honum. Börðust vel hvorirtveggju um hríð en brátt fundu þeir Laxdælir það að þeir áttu þar eigi við sinn maka sem Hrútur var því að þá drap hann tvo menn í einu athlaupi. Síðan báðu Laxdælir sér griða. Hrútur kvað þá víst hafa skyldu grið. Húskarlar Höskulds voru þá allir sárir, þeir er upp stóðu, en fjórir voru drepnir. Hrútur fór heim og var nokkuð sár en förunautar hans lítt eða ekki því að hann hafði sig mest frammi haft. Er það kallaður Orustudalur síðan þeir börðust þar. Síðan lét Hrútur af höggva féið.

Það er sagt frá Höskuldi að hann kippir mönnum að sér er hann spyr ránið og reið hann heim. Það var mjög jafnskjótt að húskarlar hans koma heim. Þeir sögðu sínar ferðir ekki sléttar. Höskuldur verður við þetta óður og kvaðst ætla að taka eigi oftar af honum rán og manntjón, safnar hann mönnum þann dag allan að sér.

Síðan gekk Jórunn húsfreyja til tals við hann og spyr að um ráðagerð hans.

Hann segir: "Litla ráðagerð hefi eg stofnað en gjarna vildi eg að annað væri oftar að tala en um dráp húskarla minna."

Jórunn svarar: "Þessi ætlun er ferleg ef þú ætlar að drepa slíkan mann sem bróðir þinn er. En sumir menn kalla að eigi sé sakleysi í þótt Hrútur hefði fyrr þetta fé heimt. Hefir hann það nú sýnt að hann vill eigi vera hornungur lengur þess er hann átti, eftir því sem hann átti kyn til. Nú mun hann hafa eigi fyrr þetta ráð upp tekið, að etja kappi við þig, en hann mun vita sér nokkurs trausts von af hinum meirum mönnum því að mér er sagt að farið muni hafa orðsendingar í hljóði milli þeirra Þórðar gellis og Hrúts. Mundi mér slíkir hlutir þykja ísjáverðir. Mun Þórði þykja gott að veita að slíkum hlutum er svo brýn eru málaefni. Veistu og það Höskuldur síðan er mál þeirra Þórðar godda og Vigdísar urðu að ekki verður slík blíða á með ykkur Þórði gelli sem áður þótt þú kæmir í fyrstu af þér með fégjöfum fjandskap þeirra frænda. Hygg eg og það Höskuldur," segir hún, "að þeim þykir þú þar raunmjög sitja yfir sínum hlut og son þinn Ólafur. Nú þætti oss hitt ráðlegra að þú byðir Hrúti bróður þínum sæmilega því að þar er fangs von af frekum úlfi. Vænti eg þess að Hrútur taki því vel og líklega því að mér er maður sagður vitur. Mun hann það sjá kunna að þetta er hvorstveggja ykkar sómi."

Höskuldur sefaðist mjög við fortölur Jórunnar. Þykir honum þetta vera sannlegt.

Fara nú menn í milli þeirra er voru beggja vinir og bera sættarorð af Höskulds hendi til Hrúts en Hrútur tók því vel, kvaðst að vísu vilja semja við Höskuld, kvaðst þess löngu hafa verið búinn að þeir semdu sína frændsemi eftir því sem vera ætti ef Höskuldur vildi honum rétts unna. Hrútur kvaðst og Höskuldi vilja unna sóma fyrir afbrigð þau er hann hafði gert af sinni hendi. Eru nú þessi mál sett og samið í milli þeirra bræðra Höskulds og Hrúts. Taka þeir nú upp frændsemi sína góða héðan í frá.

Hrútur gætir nú bús síns og gerist mikill maður fyrir sér. Ekki var hann afskiptinn um flesta hluti en vildi ráða því er hann hlutaðist til. Hrútur þokaði nú bústað sínum og bjó þar sem nú heitir á Hrútsstöðum allt til elli. Hof átti hann í túni og sér þess enn merki. Það er nú kallað Tröllaskeið. Þar er nú þjóðgata.

Hrútur kvongaðist og fékk konu þeirrar er Unnur hét, dóttir Marðar gígju. Unnur gekk frá honum. Þar af hefjast deilur þeirra Laxdæla og Fljótshlíðinga. Aðra konu átti Hrútur þá er Þorbjörg hét. Hún var Ármóðsdóttir. Átt hefir Hrútur hina þriðju konu, og nefnum vér hana eigi. Sextán sonu átti Hrútur og tíu dætur við þessum tveim konum. Svo segja menn að Hrútur væri svo á þingi eitt sumar að fjórtán synir hans væru með honum. Því er þessa getið að það þótti vera rausn mikil og afli því að allir voru gervilegir synir hans.

20. kafli - Af þeim bræðrum

Höskuldur situr nú í búi sínu og gerist hniginn á hinn efra aldur en synir hans eru nú þroskaðir. Þorleikur gerir bú á þeim bæ er heitir á Kambsnesi og leysir Höskuldur út fé hans. Eftir þetta kvongast hann og fékk konu þeirrar er Gjaflaug hét, dóttir Arnbjarnar Sleitu-Bjarnarsonar og Þorlaugar Þórðardóttur frá Höfða. Það var göfugt kvonfang. Var Gjaflaug væn kona og ofláti mikill. Þorleikur var engi dældarmaður og hinn mesti garpur. Ekki lagðist mjög á með þeim frændum, Hrúti og Þorleiki. Bárður son Höskulds var heima með föður sínum. Hafði hann þá umsýslu ekki minnur en Höskuldur. Dætra Höskulds er hér eigi getið mjög. Þó eru menn frá þeim komnir.

Ólafur Höskuldsson er nú og frumvaxti og er allra manna fríðastur sýnum, þeirra er menn hafi séð. Hann bjó sig vel að vopnum og klæðum. Melkorka móðir Ólafs bjó á Melkorkustöðum, sem fyrr var ritað. Höskuldur veik meir af sér umsjá um ráðahag Melkorku en verið hafði, kvaðst honum það þykja ekki síður koma til Ólafs sonar hennar. En Ólafur kvaðst henni veita skyldu sína ásjá slíka sem hann kunni að veita henni. Melkorku þykir Höskuldur gera svívirðlega til sín. Hefir hún það í hug sér að gera þá hluti nokkura er honum þætti eigi betur. Þorbjörn skrjúpur hafði mest veitt umsjá um bú Melkorku. Vakið hafði hann bónorð við hana þá er hún hafði skamma stund búið en Melkorka tók því fjarri.

Skip stóð uppi á Borðeyri í Hrútafirði. Örn hét stýrimaður. Hann var hirðmaður Haralds konungs Gunnhildarsonar.

Melkorka talar við Ólaf son sinn þá er þau finnast að hún vill að hann fari utan að vitja frænda sinna göfugra "því að eg hefi það satt sagt að Mýrkjartan er að vísu faðir minn og er hann konungur Íra. Er þér og hægt að ráðast til skips á Borðeyri."

Ólafur segir: "Talað hefi eg þetta fyrir föður mínum og hefir hann lítt á tekið. Er þannig og fjárhögum fóstra míns háttað að það er meir í löndum og kvikfé en hann eigi íslenska vöru liggjandi fyrir."

Melkorka svarar: "Eigi nenni eg að þú sért ambáttarsonur kallaður lengur. Og ef það nemur við förinni að þú þykist hafa fé of lítið þá mun eg heldur það til vinna að giftast Þorbirni ef þú ræðst þá til ferðar heldur en áður því að eg ætla að hann leggi fram vöruna svo sem þú kannt þér þörf til ef hann náir ráðahag við mig. Er það og til kostar að Höskuldi munu þá tveir hlutir illa líka þá er hann spyr hvorttveggja, að þú ert af landi farinn en eg manni gift."

Ólafur bað móður sína eina ráða. Síðan ræddi Ólafur við Þorbjörn að hann vildi taka vöru af honum að láni og gera mikið að.

Þorbjörn svarar: "Það mun því aðeins nema eg nái ráðahag við Melkorku. Þá væntir mig að þér sé jafnheimilt mitt fé sem það er þú hefir að varðveita."

Ólafur kvað það þá mundu að ráði gert, töluðu þá með sér þá hluti er þeir vildu og skyldi þetta fara allt af hljóði.

Höskuldur ræddi við Ólaf að hann mundi ríða til þings með honum. Ólafur kvaðst það eigi mega fyrir búsýslu, kvaðst vilja láta gera lambhaga við Laxá. Höskuldi líkar þetta vel er hann vill um búið annast. Síðan reið Höskuldur til þings en snúið var að brullaupi á Lambastöðum og réð Ólafur einn máldaga. Ólafur tók þrjá tigu hundraða vöru af óskiptu og skyldi þar ekki fé fyrir koma. Bárður Höskuldsson var að brullaupi og vissi þessa ráðagerð með þeim. En er boði var lokið þá reið Ólafur til skips og hitti Örn stýrimann og tók sér þar fari.

En áður en þau Melkorka skildust selur hún í hendur Ólafi fingurgull mikið og mælti: "Þenna grip gaf faðir minn mér að tannfé og vænti eg að hann kenni ef hann sér."

Enn fékk hún honum í hönd hníf og belti og bað hann selja fóstru sinni: "Get eg að hún dyljist eigi við þessar jartegnir."

Og enn mælti Melkorka: "Heiman hefi eg þig búið svo sem eg kann best og kennt þér írsku að mæla svo að þig mun það eigi skipta hvar þig ber að Írlandi."

Nú skilja þau eftir þetta. Þegar kom byr á er Ólafur kom til skips og sigla þeir þegar í haf.

21. kafli

Nú kemur Höskuldur heim af þingi og spyr þessi tíðindi. Honum líkar heldur þunglega. En með því að vandamenn hans áttu hlut í þá sefaðist hann og lét vera kyrrt.

Þeim Ólafi byrjaði vel og tóku Noreg. Örn fýsir Ólaf að fara til hirðar Haralds konungs, kvað hann gera til þeirra góðan sóma er ekki voru betur menntir en Ólafur var. Ólafur kvaðst það mundu af taka. Fara þeir Ólafur og Örn nú til hirðarinnar og fá þar góðar viðtökur. Vaknar konungur þegar við Ólaf fyrir sakir frænda hans og bauð honum þegar með sér að vera. Gunnhildur lagði mikil mæti á Ólaf er hún vissi að hann var bróðurson Hrúts. En sumir menn kölluðu það að henni þætti þó skemmtan að tala við Ólaf þótt hann nyti ekki annarra að. Ólafur ógladdist er á leið veturinn. Örn spyr hvað honum væri til ekka.

Ólafur svarar: "Ferð á eg á höndum mér að fara vestur um haf og þætti mér mikið undir að þú ættir hlut í að sú yrði farin sumarlangt."

Örn bað Ólaf þess ekki fýsast, kvaðst ekki vita vonir skipa þeirra er um haf vestur mundu ganga.

Gunnhildur gekk á tal þeirra og mælti: "Nú heyri eg ykkur það tala sem eigi hefir fyrr við borið, að sinn veg þykir hvorum."

Ólafur fagnar vel Gunnhildi og lætur eigi niður falla talið. Síðan gengur Örn á brott en þau Gunnhildur taka þá tal. Segir Ólafur þá ætlan sína og svo hvað honum lá við, að Mýrkjartan konungur var móðurfaðir hans.

Þá mælti Gunnhildur: "Eg skal fá þér styrk til ferðar þessar að þú megir fara svo ríkulega þangað sem þú vilt."

Ólafur þakkar henni orð sín. Síðan lætur Gunnhildur búa skip og fær menn til, bað Ólaf á kveða hve marga menn hann vill hafa með sér vestur um hafið. En Ólafur kvað á sex tigu manna og kvaðst þó þykja miklu skipta að það lið væri líkara hermönnum en kaupmönnum. Hún kvað svo vera skyldu. Og er Örn einn nefndur með Ólafi til ferðarinnar. Þetta lið var allvel búið. Haraldur konungur og Gunnhildur leiddu Ólaf til skips og sögðust mundu leggja til með honum hamingju sína með vingan þeirri annarri er þau höfðu til lagt. Sagði Haraldur konungur að það mundi auðvelt því að þau kölluðu engan mann vænlegra hafa komið af Íslandi á þeirra dögum. Þá spurði Haraldur konungur hve gamall maður hann væri.

Ólafur svarar: "Nú er eg átján vetra."

Konungur mælti: "Miklir ágætismenn eru slíkt sem þú ert því að þú ert enn lítið af barnsaldri og sæk þegar á vorn fund er þú kemur aftur."

Síðan bað konungur og Gunnhildur Ólaf vel fara.

Stigu síðan á skip og sigla þegar á haf. Þeim byrjaði illa um sumarið. Hafa þeir þokur miklar en vinda litla og óhagstæða þá sem voru. Rak þá víða um hafið. Voru þeir flestir innanborðs að á kom hafvilla. Það varð um síðir að þoku hóf af höfði og gerðust vindar á. Var þá tekið til segls. Tókst þá umræða hvert til Írlands mundi að leita og urðu menn eigi ásáttir á það. Örn var til móts en mestur hluti manna mælti í gegn og kváðu Örn allan villast og sögðu þá ráða eiga er fleiri voru.

Síðan skutu þeir til ráða Ólafs en Ólafur segir: "Það vil eg að þeir ráði sem hyggnari eru því verr þykir mér sem oss muni duga heimskra manna brögð er þau koma fleiri saman."

Þótti þá úr skorið er Ólafur mælti þetta og réð Örn leiðsögu þaðan í frá. Sigla þeir þá nætur og daga og hafa jafnan byrlítið.

Það var einhverja nótt að varðmenn hljópu upp og báðu menn vaka sem tíðast, kváðust sjá land svo nær sér að þeir stungu nær stafni að. En seglið var uppi og alllítið veðrið að. Menn hlaupa þegar upp og bað Örn beita á brott frá landinu ef þeir mættu.

Ólafur segir: "Ekki eru þau efni í um vort mál því að eg sé að boðar eru á bæði borð og allt fyrir skutstafn og felli seglið sem tíðast. En gerum ráð vor þá er ljós dagur er og menn kenna land þetta."

Síðan kasta þeir akkerum og hrífa þau þegar við. Mikil er umræða um nóttina hvar þeir mundu að komnir. En er ljós dagur var kenndu þeir að það var Írland.

Örn mælti þá: "Það hygg eg að vér höfum ekki góða aðkomu því að þetta er fjarri höfnum og þeim kaupstöðum er útlendir menn skulu hafa frið því að vér erum nú fjaraðir uppi svo sem hornsíl. Og nær ætla eg það lögum þeirra Íra þótt þeir kalli fé þetta er vér höfum með að fara með sínum föngum því að heita láta þeir það vogrek er minnur er fjarað frá skutstafni."

Ólafur kvað ekki til mundu saka "en séð hefi eg að mannsafnaður er á land upp í dag og þeim Írum þykir um vert skipkomu þessa. Hugði eg að og í dag þá er fjaran var að hér gekk upp ós við nes þetta og féll þar óvandlega sjórinn út úr ósinum. En ef skip vort er ekki sakað þá munum vér skjóta báti vorum og flytja skip vort þangað."

Leira var undir þar er þeir höfðu legið um strengina og var ekki borð sakað í skipi þeirra. Flytjast þeir Ólafur þangað og kasta þar akkerum.

En er á líður daginn þá drífur ofan mannfjöldi mikill til strandar. Síðan fara tveir menn á báti til kaupskipsins. Þeir spyrja hverjir fyrir ráði skipi þessu. Ólafur mælti og svarar svo á írsku sem þeir mæltu til. En er Írar vissu að þeir voru norrænir menn þá beiðast þeir laga að þeir skyldu ganga frá fé sínu og mundi þeim þá ekki vera gert til auvisla áður konungur ætti dóm á þeirra máli.

Ólafur kvað það lög vera ef engi væri túlkur með kaupmönnum "en eg kann yður það með sönnu að segja að þetta eru friðmenn en þó munum vér eigi upp gefast að óreyndu."

Írar æpa þá heróp og vaða út á sjóinn og ætla að leiða upp skipið undir þeim. Var ekki djúpara en þeim tók undir hendur eða í bróklinda þeim er stærstir voru. Pollurinn var svo djúpur þar er skipið flaut að eigi kenndi niður. Ólafur bað þá brjóta upp vopn sín og fylkja á skipinu allt á millum stafna. Stóðu þeir og svo þykkt að allt var skarað með skjöldum. Stóð spjótsoddur út hjá hverjum skjaldarsporði.

Ólafur gekk þá fram í stafninn og var svo búinn að hann var í brynju og hafði hjálm á höfði gullroðinn. Hann var gyrður sverði og voru gullrekin hjöltin. Hann hafði krókaspjót í hendi höggtekið og allgóð mál í. Rauðan skjöld hafði hann fyrir sér og var dregið á leó með gulli.

En er Írar sjá viðbúning þeirra þá skýtur þeim skelk í bringu og þykir þeim eigi jafnauðvelt féfang sem þeir hugðu til. Hnekkja Írar nú ferðinni og hlaupa saman í eitt þorp. Síðan kemur kurr mikill í lið þeirra og þykir þeim nú auðvitað að þetta var herskip og muni vera miklu fleiri skipa von, gera nú skyndilega orð til konungs. Var það og hægt því að konungur var þá skammt í brott þaðan á veislum. Hann ríður þegar með sveit manna þar til sem skipið var. Eigi var lengra á millum landsins og þess er skipið flaut en vel mátti nema tal millum manna. Oft höfðu Írar veitt þeim árásir með skotum og varð þeim Ólafi ekki mein að.

Ólafur stóð með þessum búningi sem fyrr var ritað og fannst mönnum margt um hversu skörulegur sjá maður var er þar var skipsforingi. En er skipverjar Ólafs sjá mikið riddaralið ríða til þeirra og var hið fræknlegsta þá þagna þeir því að þeim þótti mikill liðsmunur við að eiga.

En er Ólafur heyrði þenna kurr sem í sveit hans gerðist bað hann þá herða hugina "því að nú er gott efni í voru máli. Heilsuðu þeir Írar nú Mýrkjartani konungi sínum."

Síðan riðu þeir svo nær skipinu að hvorir máttu skilja hvað aðrir töluðu. Konungur spyr hver skipi stýrði. Ólafur segir nafn sitt og spurði hver sá væri hinn vasklegi riddari er hann átti þá tal við.

Sá svarar: "Eg heiti Mýrkjartan."

Ólafur mælti: "Hvort ertu konungur Íra?"

Hann kvað svo vera. Þá spyr konungur almæltra tíðinda. Ólafur leysti vel úr þeim tíðindum öllum er hann var spurður. Þá spyr konungur hvaðan þeir hefðu út látið eða hverra menn þeir væru. Og enn spyr konungur vandlegar um ætt Ólafs en fyrrum því að konungur fann að þessi maður var ríklátur og vildi eigi segja lengra en hann spurði.

Ólafur segir: "Það skal eg yður kunnigt gera að vér ýttum af Noregi en þetta eru hirðmenn Haralds konungs Gunnhildarsonar er hér eru innanborðs. En yður er það frá ætt minni að segja herra að faðir minn býr á Íslandi, er Höskuldur heitir. Hann er stórættaður maður. En móðurkyn mitt vænti eg að þér munuð séð hafa fleira en eg því að Melkorka heitir móðir mín og er mér sagt með sönnu að hún sé dóttir þín konungur og það hefir mig til rekið svo langrar ferðar og liggur mér nú mikið við hver svör þú veitir voru máli."

Konungur þagnar og á tal við menn sína. Spyrja vitrir menn konung hvað gegnast muni í þessu máli er sjá maður segir.

Konungur svarar: "Auðsætt er það á Ólafi þessum að hann er stórættaður maður, hvort sem hann er vor frændi eða eigi, og svo

45

það að hann mælir allra manna best írsku."

Eftir það stóð konungur upp og mælti: "Nú skal veita svör þínu máli, að eg vil öllum yður grið gefa skipverjum. En um frændsemi þá er þú telur við oss munum vér tala fleira áður en eg veiti því andsvör."

Síðan fara bryggjur á land og gengur Ólafur á land og förunautar hans af skipinu. Finnst þeim Írum nú mikið um hversu virðulegur þessi maður er og víglegur. Fagnar Ólafur þá konungi vel og tekur ofan hjálminn og lýtur konungi en konungur tekur honum þá með allri blíðu. Taka þeir þá tal með sér. Flytur Ólafur þá enn sitt mál af nýju og talar bæði langt erindi og snjallt. Lauk svo málinu að hann kvaðst þar hafa gull það á hendi er Melkorka seldi honum að skilnaði á Íslandi "og sagði svo að þú konungur gæfir henni að tannfé."

Konungur tók við og leit á gullið og gerðist rauður mjög ásýndar.

Síðan mælti konungur: "Sannar eru jartegnir en fyrir engan mun eru þær ómerkilegri er þú hefir svo mikið ættarbragð af móður þinni að vel má þig þar af kenna. Og fyrir þessa hluti þá vil eg að vísu við ganga þinni frændsemi Ólafur að þeirra manna vitni er hér eru hjá og tal mitt heyra. Skal það og fylgja að eg vil þér bjóða til hirðar minnar með alla þína sveit. En sómi yðvar mun þar við liggja hvert mannkaup mér þykir í þér þá er eg reyni þig meir."

Síðan lætur konungur fá þeim hesta til reiðar en hann setur menn til að búa um skip þeirra og annast varnað þann er þeir áttu.

Konungur reið þá til Dyflinnar og þykja mönnum þetta mikil tíðindi er þar var dótturson konungs í för með honum, þeirrar er þaðan var fyrir löngu hertekin fimmtán vetra gömul. En þó brá fóstru Melkorku mest við þessi tíðindi, er þá lá í kör og sótti bæði að stríð og elli. En þó gekk hún þá staflaust á fund Ólafs.

Þá mælti konungur til Ólafs: "Hér er nú komin fóstra Melkorku og mun hún vilja hafa tíðindasögn af þér um hennar hag."

Ólafur tók við henni báðum höndum og setti kerlingu á kné sér og sagði að fóstra hennar sat í góðum kostum á Íslandi. Þá seldi Ólafur henni hnífinn og beltið og kenndi kerling gripina og varð grátfegin, kvað það bæði vera að sonur Melkorku var skörulegur "enda á hann til þess varið."

Var kerling hress þann vetur allan.

Konungur var lítt í kyrrsæti því að þá var jafnan herskátt um Vesturlöndin. Rak konungur af sér þann vetur víkinga og úthlaupsmenn. Var Ólafur með sveit sína á konungsskipi og þótti sú sveit heldur úrig viðskiptis þeim er í móti voru. Konungur hafði þá tal við Ólaf og hans félaga og alla ráðagerð því að honum reyndist Ólafur bæði vitur og framgjarn í öllum mannraunum.

En að áliðnum vetri stefndi konungur þing og varð allfjölmennt. Konungur stóð upp og talaði.

Hann hóf svo mál sitt: "Það er yður kunnigt að hér kom sá maður í fyrra haust er dótturson minn er en þó stórættaður í föðurkyn. Virðist mér Ólafur svo mikill atgervimaður og skörungur að vér eigum eigi slíkra manna hér kost. Nú vil eg bjóða honum konungdóm eftir minn dag því að Ólafur er betur til yfirmanns fallinn en mínir synir."

Ólafur þakkar honum boð þetta með mikilli snilld og fögrum orðum en kvaðst þó eigi mundu á hætta hversu synir hans þyldu það þá er Mýrkjartans missti við, kvað betra vera að fá skjóta sæmd en langa svívirðing, kvaðst til Noregs fara vilja þegar skipum væri óhætt að halda á millum landa, kvað móður sína mundu hafa lítið yndi ef hann kæmi eigi aftur. Konungur bað Ólaf ráða. Síðan var slitið þinginu.

En er skip Ólafs var albúið þá fylgir konungur Ólafi til skips og gaf honum spjót gullrekið og sverð búið og mikið fé annað. Ólafur beiddist að flytja fóstru Melkorku á brott með sér. Konungur kvað þess enga þörf og fór hún eigi. Stigu þeir Ólafur á skip sitt og skiljast þeir konungur með allmikilli vináttu.

Eftir það sigla þeir Ólafur á haf. Þeim byrjaði vel og tóku Noreg og er Ólafs för allfræg, setja nú upp skipið. Fær Ólafur sér hesta og sækir nú á fund Haralds konungs með sínu föruneyti.

22. kafli - Útkoma Ólafs

Ólafur Höskuldsson kom nú til hirðar Haralds konungs og tók konungur honum vel en Gunnhildur miklu betur. Þau buðu honum til sín og lögðu þar mörg orð til. Ólafur þiggur það og fara þeir Örn báðir til konungs hirðar. Leggur konungur og Gunnhildur svo mikla virðing á Ólaf að engi útlendur maður hafði slíka virðing af þeim þegið. Ólafur gaf konungi og Gunnhildi marga fáséna gripi er hann hafði þegið á Írlandi vestur. Haraldur konungur gaf Ólafi að jólum öll klæði skorin af skarlati. Situr nú Ólafur um kyrrt um veturinn.

Og um vorið er á leið taka þeir tal milli sín, konungur og Ólafur.

Beiddist Ólafur orlofs af konungi að fara út til Íslands um sumarið, "á eg þangað að vitja," segir hann, "göfugra frænda."

Konungur svarar: "Það væri mér næst skapi að þú staðfestist hér með mér og tækir hér allan ráðakost slíkan sem þú vilt sjálfur."

Ólafur þakkaði konungi þann sóma er hann bauð honum en kvaðst þó gjarna vilja fara til Íslands ef það væri eigi að móti konungs vilja.

Þá svarar konungur: "Eigi skal þetta gera óvinveitt við þig Ólafur. Fara skaltu í sumar út til Íslands því að eg sé að hugir þínir standa til þess mjög. En öngva önn né starf skaltu hafa fyrir um búnað þinn. Skal eg það annast."

Eftir þetta skilja þeir talið.

Haraldur konungur lætur fram setja skip um vorið. Það var knörr.
Það skip var bæði mikið og gott. Það skip lætur konungur ferma
með viði og búa með öllum reiða.

Og er skipið var búið lætur konungur kalla á Ólaf og mælti: "Þetta
skip skaltu eignast Ólafur. Vil eg eigi að þú siglir af Noregi þetta
sumar svo að þú sért annarra farþegi."

Ólafur þakkaði konungi með fögrum orðum sína stórmennsku.

Eftir það býr Ólafur ferð sína. Og er hann er búinn og byr gefur þá
siglir Ólafur á haf og skiljast þeir Haraldur konungur með hinum
mesta kærleik. Ólafi byrjaði vel um sumarið. Hann kom skipi sínu í
Hrútafjörð á Borðeyri.

Skipkoma spyrst brátt og svo það hver stýrimaður er. Höskuldur
spyr útkomu Ólafs sonar síns og verður feginn mjög og ríður þegar
norður til Hrútafjarðar með nokkura menn. Verður þar
fagnafundur með þeim feðgum. Bauð Höskuldur Ólafi til sín.
Hann kvaðst það þiggja mundu. Ólafur setur upp skip sitt en fé
hans er norðan flutt. En er það er sýslað ríður Ólafur norðan við
tólfta mann og heim á Höskuldsstaði. Höskuldur fagnar blíðlega
syni sínum. Bræður hans taka og með blíðu við honum og allir
frændur hans. Þó var flest um með þeim Bárði.

Ólafur varð frægur af ferð þessi. Þá var og kunnigt gert kynferði
Ólafs, að hann var dótturson Mýrkjartans Írakonungs. Spyrst þetta
um allt land og þar með virðing sú er ríkir menn höfðu á hann lagt,
þeir er hann hafði heim sótt. Ólafur hafði og mikið fé út haft og er
nú um veturinn með föður sínum.

Melkorka kom brátt á fund Ólafs sonar síns. Ólafur fagnar henni
með allri blíðu. Spyr hún mjög margs af Írlandi, fyrst að föður
sínum og öðrum frændum sínum. Ólafur segir slíkt er hún spyr.
Brátt spurði hún ef fóstra hennar lifði. Ólafur kvað hana að vísu
lifa. Melkorka spyr þá hví hann vildi eigi veita henni eftirlæti það að
flytja hana til Íslands.

Þá svarar Ólafur: "Ekki fýstu menn þess móðir að eg flytti fóstru þína af Írlandi."

"Svo má vera," segir hún.

Það fannst á að henni þótti þetta mjög í móti skapi.

Þau Melkorka og Þorbjörn áttu son einn og er sá nefndur Lambi. Hann var mikill maður og sterkur og líkur föður sínum yfirlits og svo að skaplyndi.

En er Ólafur hafði verið um vetur á Íslandi og er vor kom þá ræða þeir feðgar um ráðagerðir sínar.

"Það vildi eg Ólafur," segir Höskuldur, "að þér væri ráðs leitað og tækir síðan við búi fóstra þíns á Goddastöðum, er þar enn fjárafli mikill, veittir síðan umsýslu um bú það með minni umsjá."

Ólafur svarar: "Lítt hefi eg það hugfest hér til. Veit eg eigi hvar sú kona situr er mér sé mikið happ í að geta. Máttu svo til ætla að eg mun framarla á horfa um kvonfangið. Veit eg og það gerla að þú munt þetta eigi fyrr hafa upp kveðið en þú munt hugsað hafa hvar þetta skal niður koma."

Höskuldur mælti: "Rétt getur þú. Maður heitir Egill. Hann er Skalla-Grímsson. Hann býr að Borg í Borgarfirði. Egill á sér dóttur þá er Þorgerður heitir. Þessarar konu ætla eg þér til handa að biðja því að þessi kostur er albestur í öllum Borgarfirði og þó að víðara væri. Er það og vænna að þér yrði þá efling að mægðum við þá Mýramenn."

Ólafur svarar: "Þinni forsjá mun eg hlíta hér um og vel er mér að skapi þetta ráð ef við gengist. En svo máttu ætla faðir ef þetta mál er upp borið og gangist eigi við að mér mun illa líka."

Höskuldur segir: "Til þess munum vér ráða að bera þetta mál upp."

Ólafur biður hann ráða.

Líður nú til þings framan. Höskuldur býst nú heiman og fjölmennir
mjög. Ólafur son hans er í för með honum. Þeir tjalda búð sína. Þar
var fjölmennt. Egill Skalla-Grímsson var á þingi. Allir menn höfðu
á máli er Ólaf sáu hversu fríður maður hann var og fyrirmannlegur.
Hann var vel búinn að vopnum og klæðum.

23. kafli - Kvonfang Ólafs Höskuldssonar

Það er sagt einn dag er þeir feðgar Höskuldur og Ólafur gengu frá
búð og til fundar við Egil. Egill fagnar þeim vel því að þeir
Höskuldur voru mjög málkunnir. Höskuldur vekur nú bónorðið
fyrir hönd Ólafs og biður Þorgerðar. Hún var og þar á þinginu.

Egill tók þessu máli vel, kvaðst hafa góða frétt af þeim feðgum:
"Veit eg og Höskuldur," segir Egill, "að þú ert ættstór maður og
mikils verður en Ólafur er frægur af ferð sinni. Er og eigi kynlegt
að slíkir menn ætli framarla til því að hann skortir eigi ætt né
fríðleika. En þó skal nú þetta við Þorgerði ræða því að það er
engum manni færi að fá Þorgerðar án hennar vilja."

Höskuldur mælti: "Það vil eg Egill að þú ræðir þetta við dóttur
þína."

Egill kvað svo vera skyldu.

Egill gekk nú til fundar við Þorgerði og tóku þau tal saman.

Þá mælti Egill: "Maður heitir Ólafur og er Höskuldsson og er hann
nú frægstur maður einnhver. Höskuldur faðir hans hefir vakið
bónorð fyrir hönd Ólafs og beðið þín. Hefi eg því skotið mjög til
þinna ráða. Vil eg nú vita svör þín. En svo líst oss sem slíkum
málum sé vel fellt að svara því að þetta gjaforð er göfugt."

Þorgerður svarar: "Það hefi eg þig heyrt mæla að þú ynnir mér mest
barna þinna. En nú þykir mér þú það ósanna ef þú vilt gifta mig

ambáttarsyni þótt hann sé vænn og mikill áburðarmaður."

Egill segir: "Eigi ertu um þetta jafnfréttin sem um annað. Hefir þú eigi það spurt að hann er dótturson Mýrkjartans Írakonungs? Er hann miklu betur borinn í móðurkyn en föðurætt og væri oss það þó fullboðið."

Ekki lét Þorgerður sér það skiljast.

Nú skilja þau talið og þykir nokkuð sinn veg hvoru.

Annan dag eftir gengur Egill til búðar Höskulds og fagnar Höskuldur honum vel, taka nú tal saman. Spyr Höskuldur hversu gengið hafi bónorðsmálin. Egill lét lítt yfir, segir allt hversu farið hafði. Höskuldur kvað fastlega horfa "en þó þykir mér þér vel fara."

Ekki var Ólafur við tal þeirra. Eftir það gengur Egill á brott. Fréttir Ólafur nú hvað líði bónorðsmálum. Höskuldur kvað seinlega horfa af hennar hendi.

Ólafur mælti: "Nú er sem eg sagði þér faðir að mér mundi illa líka ef eg fengi nokkur svívirðingarorð að móti. Réðstu meir er þetta var upp borið. Nú skal eg og því ráða að eigi skal hér niður falla. Er það og satt að sagt er, að úlfar eta annars erindi. Skal nú og ganga þegar til búðar Egils."

Höskuldur bað hann því ráða.

Ólafur var búinn á þá leið að hann var í skarlatsklæðum er Haraldur konungur hafði gefið honum. Hann hafði á höfði hjálm gullroðinn og sverð búið í hendi er Mýrkjartan konungur hafði gefið honum.

Nú ganga þeir Höskuldur og Ólafur til búðar Egils. Gengur Höskuldur fyrir en Ólafur þegar eftir. Egill fagnar þeim vel og sest Höskuldur niður hjá honum en Ólafur stóð upp og litaðist um. Hann sá hvar kona sat á pallinum í búðinni. Sú kona var væn og stórmannleg og vel búin. Vita þóttist hann að þar mundi vera Þorgerður dóttir Egils. Ólafur gengur að pallinum og sest niður hjá henni. Þorgerður heilsar þessum manni og spyr hver hann sé.

Ólafur segir nafn sitt og föður síns: "Mun þér þykja djarfur gerast ambáttarsonurinn er hann þorir að sitja hjá þér og ætlar að tala við þig."

Þorgerður svarar: "Það muntu hugsa að þú munt þykjast hafa gert meiri þoranraun en tala við konur."

Síðan taka þau tal milli sín og tala þann dag allan. Ekki heyra aðrir menn til tals þeirra. Og áður þau slitu talinu er til heimtur Egill og Höskuldur. Tekst þá af nýju ræða um bónorðsmálið Ólafs. Víkur Þorgerður þá til ráða föður síns. Var þá þetta mál auðsótt og fóru þá þegar festar fram. Varð þeim þá unnt af metorða, Laxdælum, því að þeim skyldi færa heim konuna. Var ákveðin brullaupsstefna á Höskuldsstöðum að sjö vikum sumars. Eftir það skilja þeir Egill og Höskuldur og ríða þeir feðgar heim á Höskuldsstaði og eru heima um sumarið og er allt kyrrt.

Síðan var stofnað til boðs á Höskuldsstöðum og ekki til sparað en ærin voru efni. Boðsmenn koma að ákveðinni stefnu. Voru þeir Borgfirðingar allfjölmennir. Var þar Egill og Þorsteinn son hans. Þar var og brúður í för og valið lið úr héraðinu. Höskuldur hafði og fjölmennt fyrir. Veisla var allsköruleg. Voru menn með gjöfum á brott leiddir. Þá gaf Ólafur Egli sverðið Mýrkjartansnaut og varð Egill allléttbrúnn við gjöfina. Allt var þar tíðindalaust og fara menn heim.

24. kafli - Reist Hjarðarholt

Þau Ólafur og Þorgerður voru á Höskuldsstöðum og takast þar ástir miklar. Auðsætt var það öllum mönnum að hún var skörungur mikill en fáskiptin hversdaglega. En það varð fram að koma er Þorgerður vildi til hvers sem hún hlutaðist. Ólafur og Þorgerður voru ýmist þann vetur á Höskuldsstöðum eða með fóstra hans. Um vorið tók Ólafur við búi á Goddastöðum. Það sumar tók Þórður goddi sótt þá er hann leiddi til bana. Ólafur lét verpa haug eftir hann í nesi því er gengur fram í Laxá er Drafnarnes heitir. Þar er garður hjá og heitir Haugsgarður. Síðan drífa menn að Ólafi og gerðist hann höfðingi mikill. Höskuldur öfundaði það ekki því að hann vildi jafnan að Ólafur væri að kvaddur öllum stórmálum. Þar var bú risulegast í Laxárdal er Ólafur átti. Þeir voru bræður tveir með Ólafi er hvortveggi hét Án. Var annar kallaður Án hinn hvíti en annar Án svarti. Beinir hinn sterki var hinn þriðji. Þessir voru sveinar Ólafs og allir hraustir menn. Þorgerður og Ólafur áttu dóttur er Þuríður hét.

Lendur þær er Hrappur hafði átt lágu í auðn sem fyrr var ritað. Ólafi þóttu þær vel liggja, ræddi fyrir föður sínum eitt sinn að þeir mundu gera menn á fund Trefils með þeim erindum að Ólafur vill kaupa að honum löndin á Hrappsstöðum og aðrar eignir þær er þar fylgja. Það var auðsótt og var þessu kaupi slungið því að Trefill sá það að honum var betri ein kráka í hendi en tvær í skógi. Var það að kaupi með þeim að Ólafur skyldi reiða þrjár merkur silfurs fyrir löndin en það var þó ekki jafnaðarkaup því að það voru víðar lendur og fagrar og mjög gagnauðgar. Miklar laxveiðar og selveiðar fylgdu þar. Voru þar og skógar miklir nokkuru ofar en Höskuldsstaðir eru fyrir norðan Laxá. Þar var höggvið rjóður í skóginum og þar var nálega til gers að ganga að þar safnaðist saman fé Ólafs hvort sem veður voru betri eða verri.

Það var á einu hausti að í því sama holti lét Ólafur bæ reisa og af þeim viðum er þar voru höggnir í skóginum en sumt hafði hann af rekaströndum. Þessi bær var risulegur. Húsin voru auð um veturinn.

Um vorið eftir fór Ólafur þangað byggðum og lét áður saman reka fé sitt og var það mikill fjöldi orðinn því að engi maður var þá auðgari að kvikfé í Breiðafirði. Ólafur sendir nú orð föður sínum að hann stæði úti og sæi ferð hans þá er hann fór á þenna nýja bæ og hefði orðheill fyrir. Höskuldur kvað svo vera skyldu.

Ólafur skipar nú til, lætur reka undan fram sauðfé það er skjarrast var. Þá fór búsmali þar næst. Síðan voru rekin geldneyti. Klyfjahross fóru í síðara lagi. Svo var skipað mönnum með fé þessu

54

að það skyldi engan krók rísta. Var þá ferðarbroddurinn kominn á þenna bæ hinn nýja er Ólafur reið úr garði af Goddastöðum og var hvergi hlið í milli. Höskuldur stóð úti með heimamenn sína.

Þá mælti Höskuldur að Ólafur son hans skyldi þar velkominn og með tíma á þenna hinn nýja bólstað "og nær er það mínu hugboði að þetta gangi eftir að lengi sé hans nafn uppi."

Jórunn húsfreyja segir: "Hefir ambáttarson sjá auð til þess að uppi sé hans nafn."

Það var mjög jafnskjótt að húskarlar höfðu ofan tekið klyfjar af hrossum og þá reið Ólafur í garð.

Þá tekur hann til orða: "Nú skal mönnum skeyta forvitni um það er jafnan hefir verið um rætt í vetur hvað sjá bær skal heita. Hann skal heita í Hjarðarholti."

Þetta þótti mönnum vel til fundið af þeim atburðum er þar höfðu orðið.

Ólafur setur nú bú saman í Hjarðarholti. Það varð brátt risulegt. Skorti þar og engi hlut. Óxu nú mjög metorð Ólafs. Báru til þess margir hlutir. Var Ólafur manna vinsælstur því að það er hann skipti sér af um mál manna þá undu allir vel við sinn hlut. Faðir hans hélt honum mjög til virðingar. Ólafi var og mikil efling að tengdum við Mýramenn. Ólafur þótti göfgastur sona Höskulds.

Þann vetur er Ólafur bjó fyrst í Hjarðarholti hafði hann margt hjóna og vinnumanna. Var skipt verkum með húskörlum. Gætti annar geldneyta en annar kúneyta. Fjósið var brott í skóg eigi allskammt frá bænum.

Eitt kveld kom sá maður að Ólafi er geldneyta gætti og bað hann fá til annan mann að gæta nautanna "en ætla mér önnur verk."

Ólafur svarar: "Það vil eg að þú hafir hin sömu verk þín."

55

Hann kvaðst heldur brott vilja.

"Ábóta þykir þér þá vant," segir Ólafur. "Nú mun eg fara í kveld með þér er þú bindur inn naut og ef mér þykir nokkur vorkunn til þessa þá mun eg ekki að telja ella muntu finna á þínum hlut í nokkuru."

Ólafur tekur í hönd sér spjótið gullrekna, konungsnaut, gengur nú heiman og húskarl með honum. Snjór var nokkur á jörðu. Koma þeir til fjóssins og var það opið. Ræddi Ólafur að húskarl skyldi inn ganga "en eg mun reka að þér nautin en þú bitt eftir."

Húskarl gengur að fjósdurunum.

Ólafur finnur eigi fyrr en hann hleypur í fang honum. Spyr Ólafur hví hann færi svo fæltilega.

Hann svarar: "Hrappur stendur í fjósdurunum og vildi fálma til mín en eg er saddur á fangbrögðum við hann."

Ólafur gengur þá að durunum og leggur spjótinu til hans. Hrappur tekur höndum báðum um fal spjótsins og snarar af út svo að þegar brotnar skaftið. Ólafur vill þá renna á Hrapp en Hrappur fór þar niður sem hann var kominn. Skilur þar með þeim. Hafði Ólafur skaft en Hrappur spjótið. Eftir þetta binda þeir Ólafur inn nautin og ganga heim síðan. Ólafur sagði nú húskarli að hann mun honum eigi sakir á gefa þessi orðasemi.

Um morguninn eftir fer Ólafur heiman og þar til er Hrappur hafði dysjaður verið og lætur þar til grafa. Hrappur var þá enn ófúinn. Þar finnur Ólafur spjót sitt. Síðan lætur hann gera bál. Er Hrappur brenndur á báli og er aska hans flutt á sjá út. Héðan frá verður engum manni mein að afturgöngu Hrapps.

25. kafli - Af sonum Höskuldar

Nú er að segja frá sonum Höskulds. Þorleikur Höskuldsson hafði verið farmaður mikill og var með tignum mönnum þá er hann var í kaupferðum áður hann settist í bú og þótti merkilegur maður. Verið hafði hann og í víkingu og gaf þar góða raun fyrir karlmennsku sakir.

Bárður Höskuldsson hafði og verið farmaður og var vel metinn hvar sem hann kom því að hann var hinn besti drengur og hófsmaður um allt. Bárður kvongaðist og fékk breiðfirskrar konu er Ástríður hét. Var hún kyngóð. Son Bárðar hét Þórarinn en dóttir hans Guðný er átti Hallur son Víga-Styrs og er frá þeim kominn mikill áttbogi.

Hrútur Herjólfsson gaf frelsi þræli sínum þeim er Hrólfur hét og þar með fjárhlut nokkurn og bústað að landamæri þeirra Höskulds og lágu svo nær landamerkin að þeim Hrýtlingum hafði yfir skotist um þetta og höfðu þeir settan lausingjann í land Höskulds. Hann græddi þar brátt mikið fé.

Höskuldi þótti þetta mikið í móti skapi er Hrútur hafði sett lausingjann við eyra honum, það lausingjann gjalda sér fé fyrir jörðina þá er hann bjó á "því að það er mín eign."

Lausinginn fer til Hrúts og segir honum allt tal þeirra. Hrútur bað hann engan gaum að gefa og gjalda ekki fé Höskuldi: "Veit eg eigi," segir hann, "hvor okkar átt hefir land þetta."

Fer nú lausinginn heim og situr í búi sínu rétt sem áður.

Litlu síðar fer Þorleikur Höskuldsson að ráði föður síns með nokkura menn á bæ lausingjans, taka hann og drepa en Þorleikur eignaði sér fé það allt og föður sínum er lausinginn hafði grætt. Þetta spurði Hrútur og líkar illa og sonum hans. Þeir voru margir þroskaðir og þótti sá frændabálkur óárennilegur. Hrútur leitaði laga um mál þetta hversu fara ætti. Og er þetta mál var rannsakað af lögmönnum þá gekk þeim Hrúti lítt í hag og mátu menn það mikils er Hrútur hafði sett lausingjann niður á óleyfðri jörðu Höskulds og hafði hann grætt þar fé. Hafði Þorleikur drepið hann á eignum þeirra feðga. Undi Hrútur illa við sinn hlut og var þó samt.

Eftir þetta lætur Þorleikur bæ gera að landamæri þeirra Hrúts og Höskulds og heitir það á Kambsnesi. Þar bjó Þorleikur um hríð sem fyrr var sagt. Þorleikur gat son við konu sinni. Sá sveinn var vatni ausinn og nafn gefið og kallaður Bolli. Var hann hinn vænlegsti maður snemma.

26. kafli - Andlát Höskulds

Höskuldur Dala-Kollsson tók sótt í elli sinni. Hann sendi eftir sonum sínum og öðrum frændum sínum og vinum.

Og er þeir komu mælti Höskuldur við þá bræður Bárð og Þorleik: "Eg hefi tekið þyngd nokkura. Hefi eg verið ósóttnæmur maður. Hygg eg að þessi sótt muni leiða mig til bana. En nú er svo sem ykkur er kunnigt að þið eruð menn skilgetnir og eigið að taka allan arf eftir mig. En sá er son minn hinn þriðji að eigi er eðliborinn. Nú vil eg beiða ykkur bræður að Ólafur sé leiddur til arfs og taki fé að þriðjungi við ykkur."

Bárður svarar fyrri og sagði að hann mundi þetta gera eftir því sem faðir hans vildi "því að eg vænti mér sóma af Ólafi í alla staði, því heldur sem hann er féríkari."

Þá mælti Þorleikur: "Fjarri er það mínum vilja að Ólafur sé arfgengur ger. Hefir Ólafur ærið fé áður. Hefir þú faðir þar marga þína muni til gefna og lengi mjög misjafnað með oss bræðrum. Mun eg eigi upp gefa þann sóma með sjálfvild er eg er til borinn."

Höskuldur mælti: "Eigi munuð þið vilja ræna mig lögum, að eg gefi tólf aura syni mínum svo stórættuðum í móðurkyn sem Ólafur er."

Þorleikur játtar því. Síðan lét Höskuldur taka gullhring Hákonarnaut, hann vó mörk, og sverðið konungsnaut er til kom hálf mörk gulls og gaf Ólafi syni sínum og þar með giftu sína og þeirra frænda, kvaðst eigi fyrir því þetta mæla að eigi vissi hann að hún hafði þar staðar numið. Ólafur tekur við gripunum og kvaðst til mundu hætta hversu Þorleiki líkaði. Honum gast illa að þessu og þótti Höskuldur hafa haft undirmál við sig.

Ólafur svarar: "Eigi mun eg gripina lausa láta Þorleikur því að þú leyfðir þvílíka fégjöf við vitni. Mun eg til þess hætta hvort eg fæ haldið."

Bárður kvaðst vilja samþykkja ráði föður síns. Eftir þetta andaðist Höskuldur. Það þótti mikill skaði, fyrst að upphafi sonum hans og öllum frændum hans og tengdamönnum þeirra og vinum. Synir hans láta verpa haug virðulegan eftir hann. Lítið var fé borið í haug hjá honum. En er því var lokið þá taka þeir bræður tal um það að þeir muni efna til erfis eftir föður sinn því að það var þá tíska í það mund.

Þá mælti Ólafur: "Svo líst mér sem ekki megi svo skjótt að þessi veislu snúa ef hún skal svo virðuleg verða sem oss þætti sóma. Er nú mjög á liðið haustið en ekki auðvelt að afla fanga til. Mun og flestum mönnum þykja torvelt, þeim er langt eiga til að sækja, á haustdegi og vís von að margir komi eigi þeir er vér vildum helst að kæmu. Mun eg og nú til þess bjóðast í sumar á þingi að bjóða mönnum til boðs þessa. Mun eg leggja fram kostnað að þriðjungi til veislunnar."

Þessu játa þeir bræður en Ólafur fer nú heim. Þeir Þorleikur og Bárður skipta fé með sér. Hlýtur Bárður föðurleifð þeirra því að til þess héldu fleiri menn því að hann var vinsælli. Þorleikur hlaut meir lausafé. Vel var með þeim bræðrum Ólafi og Bárði og blítt en heldur styggt með þeim Ólafi og Þorleiki.

Nú líður sjá hinn næsti vetur og kemur sumar og líður að þingi. Búast þeir Höskuldssynir nú til þings. Var það brátt auðsætt að Ólafur mundi mjög vera fyrir þeim bræðrum. Og er þeir koma til þings tjalda þeir búð sína og bjuggust um vel og kurteislega.

27. kafli - Af Ólafi

Það er sagt einn dag þá er menn ganga til Lögbergs, þá stendur

59

Ólafur upp og kveður sér hljóðs og segir mönnum fyrst fráfall föður síns, "eru hér nú margir menn, frændur hans og vinir. Nú er það vilji bræðra minna að eg bjóði yður til erfis eftir Höskuld föður vorn, öllum goðorðsmönnum því að þeir munu flestir hinir gildari menn er í tengdum voru bundnir við hann. Skal og því lýsa að engi skal gjafalaust á brott fara hinna meiri manna. Þar með viljum vér bjóða bændum og hverjum er þiggja vill, sælum og veslum. Skal sækja hálfsmánaðar veislu á Höskuldsstaði þá er tíu vikur eru til vetrar."

Og er Ólafur lauk sínu máli þá var góður rómur ger og þótti þetta erindi stórum skörulegt. Og er Ólafur kom heim til búðar sagði hann bræðrum sínum þessa tilætlan. Þeim fannst fátt um og þótti ærið mikið við haft.

Eftir þingið ríða þeir bræður heim. Líður nú sumarið. Búast þeir bræður við veislunni. Leggur Ólafur til óhneppilega að þriðjungi og er veislan búin með hinum bestu föngum. Var mikið til aflað þessar veislu því að það var ætlað að fjölmennt mundi koma.

Og er að veislu kemur er það sagt að flestir virðingamenn koma þeir sem heitið höfðu. Var það svo mikið fjölmenni að það er sögn manna flestra að eigi skyrti níu hundruð. Þessi hefir önnur veisla fjölmennust verið á Íslandi en sú önnur er Hjaltasynir gerðu erfi eftir föður sinn. Þar voru tólf hundruð. Þessi veisla var hin skörulegsta að öllu og fengu þeir bræður mikinn sóma og var Ólafur mest fyrirmaður. Ólafur gekk til móts við báða bræður sína um fégjafir. Var og gefið öllum virðingamönnum.

Og er flestir menn voru í brottu farnir þá víkur Ólafur til máls við Þorleik bróður sinn og mælti: "Svo er frændi sem þér er kunnigt að með okkur hefir verið ekki margt. Nú vildi eg til þess mæla að við betruðum frændsemi okkra. Veit eg að þér mislíkar er eg tók við gripum þeim er faðir minn gaf mér á deyjanda degi. Nú ef þú þykist af þessu vanhaldinn þá vil eg það vinna til heils hugar þíns að fóstra son þinn og er sá kallaður æ minni maður er öðrum fóstrar barn."

Þorleikur tekur þessu vel og sagði sem satt er að þetta er sæmilega boðið. Tekur nú Ólafur við Bolla syni Þorleiks. Þá var hann þrevetur. Skiljast þeir nú með hinum mesta kærleik og fer Bolli heim í Hjarðarholt með Ólafi. Þorgerður tekur vel við honum. Fæðist Bolli þar upp og unnu þau honum eigi minna en sínum börnum.

28. kafli - Af Ólafi og Þorgerði

Ólafur og Þorgerður áttu son. Sá sveinn var vatni ausinn og nafn gefið. Lét Ólafur kalla hann Kjartan eftir Mýrkjartani móðurföður sínum. Þeir Bolli og Kjartan voru mjög jafngamlir. Enn áttu þau fleiri börn. Son þeirra hét Steinþór og Halldór, Helgi, og Höskuldur hét hinn yngsti son Ólafs. Bergþóra hét dóttir þeirra Ólafs og Þorgerðar, og Þorbjörg. Öll voru börn þeirra mannvæn er þau óxu upp.

Í þenna tíma bjó Hólmgöngu-Bersi í Saurbæ á þeim bæ er í Tungu heitir. Hann fer á fund Ólafs og bauð Halldóri syni hans til fósturs. Það þiggur Ólafur og fer Halldór heim með honum. Hann var þá veturgamall.

Það sumar tekur Bersi sótt og liggur lengi sumars.

Það er sagt einn dag er menn voru að heyverki í Tungu en þeir tveir inni, Halldór og Bersi. Lá Halldór í vöggu. Þá fellur vaggan undir sveininum og hann úr vöggunni á gólfið. Þá mátti Bersi eigi til fara.

Þá kvað Bersi þetta:

Liggjum báðir
í lamasessi
Halldór og ek,
höfum engin þrek.
Veldur elli mér
en æska þér.
Þess batnar þér

en þeygi mér.

Síðan koma menn og taka Halldór upp af gólfinu en Bersa batnar. Halldór fæddist þar upp og var mikill maður og vasklegur.

Kjartan Ólafsson vex upp heima í Hjarðarholti. Hann var allra manna vænstur þeirra er fæðst hafa á Íslandi. Hann var mikilleitur og vel farinn í andliti, manna best eygður og ljóslitaður. Mikið hár hafði hann og fagurt sem silki og féll með lokkum, mikill maður og sterkur eftir sem verið hafði Egill móðurfaðir hans eða Þórólfur. Kjartan var hverjum manni betur á sig kominn svo að allir undruðust þeir er sáu hann. Betur var hann og vígur en flestir menn aðrir. Vel var hann hagur og syndur manna best. Allar íþróttir hafði hann mjög umfram aðra menn. Hverjum manni var hann lítillátari og vinsæll svo að hvert barn unni honum. Hann var léttúðigur og mildur af fé. Ólafur unni mest Kjartani allra barna sinna.

Bolli fóstbróðir hans var mikill maður. Hann gekk næst Kjartani um allar íþróttir og atgervi. Sterkur var hann og fríður sýnum, kurteis og hinn hermannlegsti, mikill skartsmaður. Þeir unnust mikið fóstbræður.

Situr Ólafur nú að búi sínu svo að vetrum skipti.

29. kafli - Af utanferð Ólafs

Það er sagt eitt vor að Ólafur lýsti því fyrir Þorgerði að hann ætlar utan: "Vil eg að þú varðveitir bú og börn."

Þorgerður kvað sér lítið vera um það en Ólafur kvaðst ráða mundu. Hann kaupir skip er uppi stóð vestur í Vaðli.

Ólafur fór utan um sumarið og kemur skipi sínu við Hörðaland. Þar bjó sá maður skammt á land upp er hét Geirmundur gnýr, ríkur maður og auðigur og víkingur mikill. Ódældarmaður var hann og hafði nú sest um kyrrt og var hirðmaður Hákonar jarls hins ríka.

Geirmundur fer til skips og kannast brátt við Ólaf því að hann hafði heyrt hans getið. Geirmundur býður Ólafi til sín með svo marga menn sem hann vildi. Það þiggur Ólafur og fer til vistar með sétta mann. Hásetar Ólafs vistast þar um Hörðaland. Geirmundur veitir Ólafi vel. Þar var bær risulegur og margt manna. Var þar gleði mikil um veturinn.

En er á leið veturinn sagði Ólafur Geirmundi deili á um erindi sín, að hann vill afla sér húsaviðar, kvaðst þykja mikið undir að hann fengi gott viðaval.

Geirmundur svarar: "Hákon jarl á besta mörk og veit eg víst ef þú kemur á hans fund að þér mun sú innan handar því að jarl fagnar vel þeim mönnum er eigi eru jafnvel menntir sem þú Ólafur ef hann sækja heim."

Um vorið byrjar Ólafur ferð sína á fund Hákonar jarls. Tók jarl við honum ágæta vel og bauð Ólafi með sér að vera svo lengi sem hann vildi.

Ólafur segir jarli hversu af stóðst um ferð hans: "Vil eg þess beiða yður herra að þér létuð oss heimila mörk yðra að höggva húsavið."

Jarl svarar: "Ósparað skal það þótt þú fermir skip þitt af þeim viði er vér munum gefa þér því að vér hyggjum að oss sæki eigi heim hversdaglega slíkir menn af Íslandi."

En að skilnaði gaf jarl honum öxi gullrekna og var það hin mesta gersemi, skildust síðan með hinum mesta kærleik.

Geirmundur skipar jarðir sínar á laun og ætlar út til Íslands um sumarið á skipi Ólafs. Leynt hefir hann þessu alla menn. Eigi vissi Ólafur fyrr en Geirmundur flutti fé sitt til skips Ólafs og var það mikill auður.

Ólafur mælti: "Eigi mundir þú fara á mínu skipi ef eg hefði fyrr vitað því að vera ætla eg þá munu nokkura á Íslandi að betur gegndi að þig sæju aldrei. En nú er þú ert hér kominn við svo mikið fé þá nenni eg eigi að reka þig aftur sem búrakka."

Geirmundur segir: "Eigi skal aftur setjast þótt þú sért heldur stórorður því að eg ætla að fá að vera yðvar farþegi."

Stíga þeir Ólafur á skip og sigla í haf. Þeim byrjaði vel og tóku Breiðafjörð, bera nú bryggjur á land í Laxárósi. Lætur Ólafur bera viðu af skipi og setur upp skipið í hróf það er faðir hans hafði gera látið. Ólafur bauð Geirmundi til sín.

Það sumar lét Ólafur gera eldhús í Hjarðarholti, meira og betra en menn hefðu fyrr séð. Voru þar markaðar ágætar sögur á þilviðinum og svo á ræfrinu. Var það svo vel smíðað að þá þótti miklu skrautlegra er eigi voru tjöldin uppi.

Geirmundur var fáskiptinn hversdagla, óþýður við flesta. En hann var svo búinn jafnan að hann hafði skarlatskyrtil rauðan og gráfeld ystan og bjarnskinnshúfu á höfði, sverð í hendi. Það var mikið vopn og gott, tannhjölt að. Ekki var þar borið silfur á en brandurinn var hvass og beið hvergi ryð á. Þetta sverð kallaði hann Fótbít og lét það aldregi hendi firr ganga.

Geirmundur hafði litla hríð þar verið áður hann felldi hug til Þuríðar dóttur Ólafs og vekur hann bónorð við Ólaf en hann veitti afsvör. Síðan bar Geirmundur fé undir Þorgerði til þess að hann næði ráðinu. Hún tók við fénu því að eigi var smám fram lagt.

Síðan vekur Þorgerður þetta mál við Ólaf. Hún segir og sína ætlan að dóttir þeirra muni eigi betur verða gefin "því að hann er garpur mikill, auðigur og stórlátur."

Þá svarar Ólafur: "Eigi skal þetta gera í móti þér heldur en annað þótt eg væri fúsari að gifta Þuríði öðrum manni."

Þorgerður gengur í brott og þykir gott orðið sitt erindi, sagði nú svo skapað Geirmundi. Hann þakkaði henni sín orð og tillög og skörungsskap. Vekur nú Geirmundur bónorðið í annað sinn við Ólaf og var það nú auðsótt. Eftir það fastnar Geirmundur sér Þuríði og skal boð vera að áliðnum vetri í Hjarðarholti. Það boð var allfjölmennt því að þá var algert eldhúsið. Þar var að boði Úlfur Uggason og hafði ort kvæði um Ólaf Höskuldsson og um sögur þær er skrifaðar voru á eldhúsinu og færði hann þar að boðinu. Þetta kvæði er kallað Húsdrápa og er vel ort. Ólafur launaði vel kvæðið. Hann gaf og stórgjafir öllu stórmenni er hann hafði heim sótt. Þótti Ólafur vaxið hafa af þessi veislu.

30. kafli - Af Geirmundi og Þuríði

Ekki var margt um í samförum þeirra Geirmundar og Þuríðar. Var svo af beggja þeirra hendi. Þrjá vetur var Geirmundur með Ólafi áður hann fýstist í brott og lýsti því að Þuríður mundi eftir vera og svo dóttir þeirra er Gróa hét. Sú mær var þá veturgömul. En fé vill Geirmundur ekki eftir leggja. Þetta líkar þeim mæðgum stórum illa og segja til Ólafi.

En Ólafur mælti þá: "Hvað er nú Þorgerður, er Austmaðurinn eigi jafn stórlátur nú sem um haustið þá er hann bað þig mægðarinnar?"

Komu þær engu á leið við Ólaf því að hann var um alla hluti samningarmaður, kvað og mey skyldu eftir vera þar til er hún kynni nokkurn farnað. En að skilnaði þeirra Geirmundar gaf Ólafur honum kaupskipið með öllum reiða. Geirmundur þakkar honum vel og sagði gefið allstórmannlega. Síðan býr hann skipið og siglir út úr Laxárósi léttan landnyrðing og fellur veðrið er þeir koma út að eyjum. Hann liggur út við Öxney hálfan mánuð svo að honum gefur eigi í brott.

Í þenna tíma átti Ólafur heimanför að annast um reka sína. Síðan kallar Þuríður dóttir hans til sín húskarla, bað þá fara með sér. Hún hafði og með sér meyna. Tíu voru þau saman. Hún lætur setja fram ferju er Ólafur átti. Þuríður bað þá róa eða sigla út eftir Hvammsfirði. Og er þau koma út að eyjum bað hún þá skjóta báti útbyrðis er stóð á ferjunni. Þuríður sté á bátinn og tveir menn aðrir en hún bað þá gæta skips er eftir voru þar til er hún kæmi aftur.

65

Hún tók meyna í faðm sér og bað þá róa yfir strauminn þar til er þau mættu ná skipinu. Hún greip upp nafar úr stafnlokinu og seldi í hendur förunaut sínum öðrum, bað hann ganga á knarrarbátinn og bora svo að ófær væri ef þeir þyrftu skjótt til að taka.

Síðan lét hún sig flytja á land og hafði meyna í faðmi sér. Það var í sólarupprás. Hún gengur út eftir bryggju og svo í skipið. Allir menn voru í svefni. Hún gekk að húðfati því er Geirmundur svaf í. Sverðið Fótbítur hékk á hnykkistafnum. Þuríður setur nú meyna Gró í húðfatið en greip upp Fótbít og hafði með sér. Síðan gengur hún af skipinu og til förunauta sinna. Nú tekur mærin að gráta. Við það vaknar Geirmundur og sest upp og kennir barnið og þykist vita af hverjum rifjum vera mun. Hann sprettur upp og vill þrífa sverðið og missir sem von var, gengur út á borð og sér að þau róa frá skipinu. Geirmundur kallar á menn sína og bað þá hlaupa í bátinn og róa eftir þeim. Þeir gera svo og er þeir eru skammt komnir þá finna þeir að sjár kolblár fellur að þeim, snúa nú aftur til skips. Þá kallar Geirmundur á Þuríði og bað hana aftur snúa og fá honum sverðið Fótbít "en tak við mey þinni og haf héðan með henni fé svo mikið sem þú vilt."

Þuríður segir: "Þykir þér betra en eigi að ná sverðinu?"

Geirmundur svarar: "Mikið fé læt eg annað áður mér þykir betra að missa sverðsins."

Hún mælti: "Þá skaltu aldrei fá það. Hefir þér margt ódrengilega farið til vor. Mun nú skilja með okkur."

Þá mælti Geirmundur: "Ekki happ mun þér í verða að hafa með þér sverðið."

Hún kvaðst til þess mundu hætta.

"Það læt eg þá um mælt," segir Geirmundur, "að þetta sverð verði þeim manni að bana í yðvarri ætt er mestur er skaði að og óskaplegast komi við."

Eftir þetta fer Þuríður heim í Hjarðarholt. Ólafur var og þá heim kominn og lét lítt yfir hennar tiltekju en þó var kyrrt. Þuríður gaf Bolla frænda sínum sverðið Fótbít því að hún unni honum eigi minna en bræðrum sínum. Bar Bolli þetta sverð lengi síðan. Eftir þetta byrjaði þeim Geirmundi, sigla þeir í haf og koma við Noreg um haustið. Þeir sigla á einni nótt í boða fyrir Staði. Týnist Geirmundur og öll skipshöfn hans. Og lýkur þar frá Geirmundi að segja.

31. kafli - Af Guðmundi Sölmundarsyni

Ólafur Höskuldsson sat í búi sínu í miklum sóma sem fyrr var ritað.

Guðmundur hét maður Sölmundarson. Hann bjó í Ásbjarnarnesi norður í Víðidal. Guðmundur var auðigur maður. Hann það Þuríðar og gat hana með miklu fé. Þuríður var vitur kona og skapstór og skörungur mikill. Hallur hét son þeirra, og Barði, Steinn og Steingrímur. Guðrún hét dóttir þeirra, og Ólöf.

Þorbjörg dóttir Ólafs var kvenna vænst og þrekleg. Hún var kölluð Þorbjörg digra og var gift vestur í Vatnsfjörð Ásgeiri Snartarsyni. Hann var göfugur maður. Þeirra son var Kjartan faðir Þorvalds, föður Þórðar, föður Snorra, föður Þorvalds. Þaðan er komið Vatnsfirðingakyn. Síðan átti Þorbjörgu Vermundur Þorgrímsson. Þeirra dóttir var Þorfinna er átti Þorsteinn Kuggason.

Bergþóra Ólafsdóttir var gift vestur í Djúpafjörð Þórhalli goða syni Odda Ýrarsonar. Þeirra son var Kjartan faðir Smið-Sturlu. Hann var fóstri Þórðar Gilssonar föður Sturlu.

Ólafur pái átti marga kostgripi í ganganda fé. Hann átti uxa góðan er Harri hét, apalgrár að lit, meiri en önnur naut. Hann hafði fjögur horn. Voru tvö mikil og stóðu fagurt en þriðja stóð í loft upp. Hið fjórða stóð úr enni og niður fyrir augu honum. Það var brunnvaka hans. Hann krafsaði sem hross.

Einn fellivetur mikinn gekk hann úr Hjarðarholti og þangað sem nú heita Harrastaðir í Breiðafjarðardali. Þar gekk hann um veturinn með sextán nautum og kom þeim öllum á gras. Um vorið gekk hann heim í haga þar sem heitir Harraból í Hjarðarholtslandi.

Þá er Harri var átján vetra gamall þá féll brunnvaka hans af höfði honum og það sama haust lét Ólafur höggva hann. Hina næstu nótt eftir dreymdi Ólaf að kona kom að honum. Sú var mikil og reiðuleg.

Hún tók til orða: "Er þér svefnhöfugt?"

Hann kvaðst vaka.

Konan mælti: "Þér er svefns en þó mun fyrir hitt ganga. Son minn hefir þú drepa látið og látið koma ógervilegan mér til handa og fyrir þá sök skaltu eiga að sjá þinn son alblóðgan af mínu tilstilli. Skal eg og þann til velja er eg veit að þér er ófalastur."

Síðan hvarf hún á brott.

Ólafur vaknaði og þóttist sjá svip konunnar. Ólafi þótti mikils um vert drauminn og segir vinum sínum og varð ekki ráðinn svo að honum líki. Þeir þóttu honum best um tala er það mæltu að það væri draumskrök er fyrir hann hafði borið.

32. kafli - Af Ósvífi Helgasyni

Ósvífur hét maður og var Helgason, Óttarssonar, Bjarnarsonar hins austræna, Ketilssonar flatnefs, Bjarnarsonar bunu. Móðir Ósvífurs hét Niðbjörg, hennar móðir Kaðlín, dóttir Göngu-Hrólfs Öxna-Þórissonar. Hann var hersir ágætur austur í Vík. Því var hann svo kallaður að hann átti eyjar þrjár og átta tigu yxna í hverri. Hann gaf eina eyna og yxnina með Hákoni konungi og varð sú gjöf allfræg.

Ósvífur var spekingur mikill. Hann bjó að Laugum í Sælingsdal. Laugabær stendur fyrir sunnan Sælingsdalsá gegnt Tungu. Kona hans hét Þórdís dóttir Þjóðólfs lága. Óspakur hét son þeirra, annar

Helgi, þriðji Vandráður, fjórði Torráður, fimmti Þórólfur. Allir voru þeir víglegir menn.

Guðrún hét dóttir þeirra. Hún var kvenna vænst er upp óxu á Íslandi, bæði að ásjónu og vitsmunum. Guðrún var kurteis kona svo að í þann tíma þóttu allt barnavípur það er aðrar konur höfðu í skarti hjá henni. Allra kvenna var hún kænst og best orði farin. Hún var örlynd kona.

Sú kona var á vist með Ósvífri er Þórhalla hét og var kölluð hin málga. Hún var nokkuð skyld Ósvífri. Tvo sonu átti hún. Hét annar Oddur en annar Steinn. Þeir voru knálegir menn og voru mjög grjótpálar fyrir búi Ósvífurs. Málgir voru þeir sem móðir þeirra en óvinsælir. Þó höfðu þeir mikið hald af sonum Ósvífurs.

Í Tungu bjó sá maður er Þórarinn hét, son Þóris sælings. Hann var góður búandi. Þórarinn var mikill maður og sterkur. Hann átti lendur góðar en minna lausafé. Ósvífur vildi kaupa að honum lendur því að hann hafði landeklu en fjölda kvikfjár. Þetta fór fram að Ósvífur keypti að Þórarni af landi hans allt frá Gnúpuskörðum og eftir dalnum tveim megin til Stakkagils. Það eru góð lönd og kostig. Hann hafði þangað selför. Jafnan hafði hann hjónmargt. Var þeirra ráðahagur hinn virðulegsti.

Vestur í Saurbæ heitir bær á Hóli. Þar bjuggu mágar þrír. Þorkell hvelpur og Knútur voru bræður og ættstórir menn. Mágur þeirra átti bú með þeim sá er Þórður hét. Hann var kenndur við móður sína og kallaður Ingunnarson. Faðir Þórðar var Glúmur Geirason. Þórður var vænn maður og vasklegur, ger að sér og sakamaður mikill. Þórður átti systur þeirra Þorkels er Auður hét. Ekki var hún væn kona né gervileg. Þórður unni henni lítið. Hafði hann mjög slægst til fjár því að þar stóð auður mikill saman. Var bú þeirra gott síðan Þórður kom til ráða með þeim.

33. kafli - Af draumum Guðrúnar

Gestur Oddleifsson bjó vestur á Barðaströnd í Haga. Hann var höfðingi mikill og spekingur að viti, framsýnn um marga hluti, vel vingaður við alla hina stærri menn og margir sóttu ráð að honum. Hann reið hvert sumar til þings og hafði jafnan gistingarstað á Hóli.

Einhverju sinni bar enn svo til að Gestur reið til þings og gisti á Hóli. Hann býst um morguninn snemma því að leið var löng. Hann ætlaði um kveldið í Þykkvaskóg til Ármóðs mágs síns. Hann átti Þórunni systur Gests. Þeirra synir voru þeir Örnólfur og Halldór.

Gestur ríður nú um daginn vestan úr Saurbæ og kemur til Sælingsdalslaugar og dvelst þar um hríð. Guðrún kom til laugar og fagnar vel Gesti frænda sínum. Gestur tók henni vel og taka þau tal saman og voru þau bæði vitur og orðig.

En er á líður daginn mælti Guðrún: "Það vildi eg frændi að þú riðir til vor í kveld með allan flokk þinn. Er það og vilji föður míns þótt hann unni mér virðingar að bera þetta erindi og það með að þú gistir þar hvert sinn er þú ríður vestur eða vestan."

Gestur tók þessu vel og kvað þetta skörulegt erindi en kvaðst þó mundu ríða svo sem hann hafði ætlað.

Guðrún mælti: "Dreymt hefir mig margt í vetur en fjórir eru þeir draumar er mér afla mikillar áhyggju en engi maður hefir þá svo ráðið að mér líki og bið eg þó eigi þess að þeir séu í vil ráðnir."

Gestur mælti þá: "Seg þú drauma þína. Vera má að vér gerum af nokkuð."

Guðrún segir: "Úti þóttist eg vera stödd við læk nokkurn og hafði eg krókfald á höfði og þótti mér illa sama og var eg fúsari að breyta faldinum en margir töldu um að eg skyldi það eigi gera. En eg hlýddi ekki á það og greip eg af höfði mér faldinn og kastaði eg út á lækinn og var þessi draumur eigi lengri."

Og enn mælti Guðrún: "Það var upphaf að öðrum draum að eg þóttist vera stödd hjá vatni einu. Svo þótti mér sem kominn væri silfurhringur á hönd mér og þóttist eg eiga og einkar vel sama. Þótti mér það vera allmikil gersemi og ætlaði eg lengi að eiga. Og er mér voru minnstar vonir þá renndi hringurinn af hendi mér og á vatnið og sá eg hann aldrei síðan. Þótti mér sjá skaði miklu meiri en eg mætti að líkindum ráða þótt eg hefði einum grip týnt. Síðan vaknaði eg."

Gestur svarar þessu einu: "Era sjá draumur minni."

Enn mælti Guðrún: "Sá er hinn þriðji draumur minn að eg þóttist hafa gullhring á hendi og þóttist eg eiga hringinn og þótti mér bættur skaðinn. Kom mér það í hug að eg mundi þessa hrings lengur njóta en hins fyrra. En eigi þótti mér þessi gripur því betur sama sem gull er dýrra en silfur. Síðan þóttist eg falla og vilja styðja mig með hendinni en gullhringurinn mætti steini nokkurum og stökk í tvo hluti og þótti mér dreyra úr hlutunum. Það þótti mér líkara harmi en skaða er eg þóttist þá bera eftir. Kom mér þá í hug að brestur hafði verið á hringnum og þá er eg hugði að brotunum eftir þá þóttist eg sjá fleiri brestina á og þótti mér þó sem heill mundi ef eg hefði betur til gætt og var eigi þessi draumur lengri."

Gestur svarar: "Ekki fara í þurrð draumarnir."

Og enn mælti Guðrún: "Sá var hinn fjórði draumur minn að eg þóttist hafa hjálm á höfði af gulli og mjög gimsteinum settan. Eg þóttist eiga þá gersemi. En það þótti mér helst að að hann var nokkurs til þungur því að eg fékk varla valdið og bar eg hallt höfuðið og gaf eg þó hjálminum enga sök á því og ætlaði ekki að lóga honum. En þó steyptist hann af höfði mér og út á Hvammsfjörð og eftir það vaknaði eg. Eru þér nú sagðir draumarnir allir."

Gestur svarar: "Glöggt fæ eg séð hvað draumar þessir eru en mjög mun þér samstaft þykja því að eg mun næsta einn veg alla ráða. Bændur muntu eiga fjóra og væntir mig þá er þú ert hinum fyrsta gift að það sé þér ekki girndaráð. Þar er þú þóttist hafa mikinn fald á höfði og þótti þér illa sama, þar muntu lítið unna honum. Og þar er þú tókst af höfði þér faldinn og kastaðir á vatnið, þar muntu ganga frá honum. Því kalla menn á sæ kastað er maður lætur eigu

71

sína og tekur ekki í mót."

Og enn mælti Gestur: "Sá var draumur þinn annar að þú þóttist hafa silfurhring á hendi. Þar muntu vera gift öðrum manni ágætum. Þeim muntu unna mikið og njóta skamma stund. Kemur mér ekki það að óvörum þótt þú missir hans með drukknun og eigi geri eg þann draum lengra. Sá var hinn þriðji draumur þinn að þú þóttist hafa gullhring á hendi. Þar muntu eiga hinn þriðja bónda. Ekki mun sá því meira verður sem þér þótti sá málmurinn torugætari og dýrri en nær er það mínu hugboði að í það mund muni orðið siðaskipti og muni sá þinn bóndi hafa tekið við þeim sið er vér hyggjum að miklu sé betri og háleitari. En þar er þér þótti hringurinn í sundur stökkva, nokkuð af þinni vangeymslu, og sást blóð koma úr hlutunum, þá mun sá þinn bóndi vera veginn. Muntu þá þykjast glöggst sjá þá þverbresti er á þeim ráðahag hafa verið."

Og enn mælti Gestur: "Sjá er hinn fjórði draumur þinn að þú þóttist hafa hjálm á höfði af gulli og settan gimsteinum og varð þér þungbær. Þar munt þú eiga hinn fjórða bónda. Sá mun vera mestur höfðingi og mun bera heldur ægishjálm yfir þér. Og þar er þér þótti hann steypast út á Hvammsfjörð þá mun hann þann sama fjörð hitta á efstum stundum síns lífs. Geri eg nú þenna draum ekki lengra."

Guðrúnu setti dreyrrauða meðan draumarnir voru ráðnir en engi hafði hún orð um fyrr en Gestur lauk sínu máli.

Þá segir Guðrún: "Hitta mundir þú fegri spár í þessu máli ef svo væri í hendur þér búið af mér en haf þó þökk fyrir er þú hefir ráðið draumana. En mikið er til að hyggja ef þetta allt skal eftir ganga."

Guðrún bauð þá Gesti af nýju að hann skyldi þar dveljast um daginn, kvað þá Ósvífur margt spaklegt tala mundu.

Hann svarar: "Ríða mun eg sem eg hefi á kveðið en segja skaltu föður þínum kveðju mína og seg honum þau mín orð að koma mun þar að skemmra mun í milli bústaða okkarra Ósvífurs og mun okkur þá hægt um tal ef okkur er þá leyft að talast við."

Síðan fór Guðrún heim en Gestur reið í brott og mætti heimamanni Ólafs við túngarð. Hann bauð Gesti í Hjarðarholt að orðsending Ólafs. Gestur kvaðst vilja finna Ólaf um daginn en gista í Þykkvaskógi. Snýr húskarl þegar heim og segir Ólafi svo skapað. Ólafur lét taka hesta og reið hann í mót Gesti við nokkura menn. Þeir Gestur finnast inn við Ljá. Ólafur fagnar honum vel og bauð honum til sín með allan flokk sinn. Gestur þakkar honum boðið og kvaðst ríða mundu á bæinn og sjá híbýli hans en gista Ármóð. Gestur dvaldist litla hríð og sá þó víða á bæinn og lét vel yfir, kvað eigi þar fé til sparað bæjar þess. Ólafur reið á leið með Gesti til Laxár. Þeir fóstbræður höfðu verið á sundi um daginn. Réðu þeir Ólafssynir mest fyrir þeirri skemmtun. Margir voru ungir menn af öðrum bæjum á sundi. Þá hlupu þeir Kjartan og Bolli af sundi er flokkurinn reið að, voru þá mjög klæddir er þeir Gestur og Ólafur riðu að. Gestur leit á þessa hina ungu menn um stund og sagði Ólafi hvar Kjartan sat og svo B olli og þá rétti Gestur spjótshalann að sérhverjum þeirra Ólafssona og nefndi þá alla er þar voru. En margir voru þar aðrir menn allvænlegir, þeir er þá voru af sundi komnir og sátu á árbakkanum hjá þeim Kjartani. Ekki kvaðst Gestur þekkja ættarbragð Ólafs á þeim mönnum.

Þá mælti Ólafur: "Eigi má ofsögum segja frá vitsmunum þínum Gestur er þú kennir óséna menn og það vil eg að þú segir mér hver þeirra hinna ungu manna mun mestur verða fyrir sér."

Gestur svarar: "Það mun mjög ganga eftir ástríki þínu að um Kjartan mun þykja mest vert meðan hann er uppi."

Síðan keyrði Gestur hestinn og reið í brott.

En nokkuru síðar ríður Þórður hinn lági son hans hjá honum og mælti: "Hvað ber nú þess við faðir minn er þér hrynja tár?"

Gestur svarar: "Þarfleysa er að segja það en eigi nenni eg að þegja yfir því er á þínum dögum mun fram koma. En ekki kemur mér að óvörum þótt Bolli standi yfir höfuðsvörðum Kjartans og hann

73

vinni sér þá og höfuðbana og er þetta illt að vita um svo mikla ágætismenn."

Síðan riðu þeir til þings og er kyrrt þingið.

34. kafli - Af Þorvaldi

Þorvaldur hét maður son Halldórs Garpsdalsgoða. Hann bjó í Garpsdal í Gilsfirði, auðigur maður og engi hetja. Hann bað Guðrúnar Ósvífursdóttur á alþingi þá er hún var fimmtán vetra gömul. Því máli var eigi fjarri tekið en þó sagði Ósvífur að það mundi á kostum finna að þau Guðrún voru eigi jafnmenni. Þorvaldur talaði óharðfærlega, kvaðst konu biðja en ekki fjár. Síðan var Guðrún föstnuð Þorvaldi og réð Ósvífur einn máldaga og svo var skilt að Guðrún skyldi ein ráða fyrir fé þeirra þegar er þau koma í eina rekkju og eiga alls helming hvort er samfarar þeirra væru lengri eða skemmri. Hann skyldi og kaupa gripi til handa henni svo að engi jafnfjáð kona ætti betri gripi en þó mætti hann halda búi sínu fyrir þær sakir. Ríða menn nú heim af þingi. Ekki var Guðrún að þessu spurð og heldur gerði hún sér að þessu ógetið og var þó kyrrt. Brúðkaup var í Garpsdal að tvímánuði. Lítt unni Guðrún Þorvaldi og var erfið í gripakaupum. Voru engar gersemar svo miklar á Vestfjörðum að Guðrúnu þætti eigi skaplegt að hún ætti en galt fjandskap Þorvaldi ef hann keypti eigi hversu dýrar sem metnar voru.

Þórður Ingunnarson gerði sér dátt við þau Þorvald og Guðrúnu og var þar löngum og féll þar mörg umræða á um kærleika þeirra Þórðar og Guðrúnar. Það var eitt sinn að Guðrún beiddi Þorvald gripakaups. Þorvaldur kvað hana ekki hóf að kunna og sló hana kinnhest.

Þá mælti Guðrún: "Nú gafstu mér það er oss konum þykir miklu skipta að vér eigum vel að gert en það er litaraft gott og af hefir þú mig ráðið brekvísi við þig."

Það sama kveld kom Þórður þar. Guðrún sagði honum þessa svívirðing og spurði hann hverju hún skyldi þetta launa.

Þórður brosti að og mælti: "Hér kann eg gott ráð til. Gerðu honum skyrtu og brautgangs höfuðsmátt og seg skilið við hann fyrir þessar sakir."

Eigi mælti Guðrún í móti þessu og skilja þau talið.

Það sama vor segir Guðrún skilið við Þorvald og fór heim til Lauga. Síðan var gert féskipti þeirra Þorvalds og Guðrúnar og hafði hún helming fjár alls og var nú meira en áður. Tvo vetur höfðu þau ásamt verið.

Það sama vor seldi Ingunn land sitt í Króksfirði, það sem síðan heitir á Ingunnarstöðum, og fór vestur á Skálmarnes. Hana hafði átt Glúmur Geirason, sem fyrr var ritað.

Í þenna tíma bjó Hallsteinn goði á Hallsteinsnesi fyrir vestan Þorskafjörð. Hann var ríkur maður og meðallagi vinsæll.

35. kafli - Af Kotkeli og Grímu

Kotkell hét maður er þá hafði út komið fyrir litlu. Gríma hét kona hans. Þeirra synir voru þeir Hallbjörn slíkisteinsauga og Stígandi. Þessir menn voru suðureyskir. Öll voru þau mjög fjölkunnig og hinir mestu seiðmenn. Hallsteinn goði tók við þeim og setti þau niður að Urðum í Skálmarfirði og var þeirra byggð ekki vinsæl.

Þetta sumar fór Gestur til þings og fór á skipi til Saurbæjar sem hann var vanur. Hann gisti á Hóli í Saurbæ. Þeir mágar léðu honum hesta sem fyrr var vant. Þórður Ingunnarson var þá í för með Gesti og kom til Lauga í Sælingsdal. Guðrún Ósvífursdóttir reið til þings og fylgdi henni Þórður Ingunnarson.

Það var einn dag er þau riðu yfir Bláskógaheiði, var á veður gott.

Þá mælti Guðrún: "Hvort er það satt Þórður að Auður kona þín er jafnan í brókum og setgeiri í en vafið spjörum mjög í skúa niður?"

Hann kvaðst ekki hafa til þess fundið.

"Lítið bragð mun þá að," segir Guðrún, "ef þú finnur eigi og fyrir hvað skal hún þá heita Bróka-Auður?"

Þórður mælti: "Vér ætlum hana litla hríð svo hafa verið kallaða."

Guðrún svarar: "Hitt skiptir hana enn meira að hún eigi þetta nafn lengi síðan."

Eftir það komu menn til þings. Er þar allt tíðindalaust. Þórður var löngum í búð Gests og talaði jafnan við Guðrúnu. Einn dag spurði Þórður Ingunnarson Guðrúnu hvað konu varðaði ef hún væri í brókum jafnan svo sem karlar.

Guðrún svarar: "Slíkt víti á konum að skapa fyrir það á sitt hóf sem karlmanni ef hann hefir höfuðsmátt svo mikla að sjái geirvörtur hans berar, brautgangssök hvorttveggja."

Þá mælti Þórður: "Hvort ræður þú mér að eg segi skilið við Auði hér á þingi eða í héraði og geri eg það við fleiri manna ráð því að menn eru skapstórir þeir er sér mun þykja misboðið í þessu?"

Guðrún svarar stundu síðar: "Aftans bíður óframs sök."

Þá spratt Þórður þegar upp og gekk til Lögbergs og nefndi sér votta að hann segir skilið við Auði og fann það til saka að hún skarst í setgeirabrækur sem karlkonur.

Bræðrum Auðar líkar illa og er þó kyrrt. Þórður ríður af þingi með þeim Ósvífurssonum.

En er Auður spyr þessi tíðindi þá mælti hún:

> Vel er eg veit það
> var eg ein um látin.

Síðan reið Þórður til féskiptis vestur til Saurbæjar með tólfta mann og gekk það greitt því að Þórði var óspart um hversu fénu var skipt. Þórður rak vestan til Lauga margt búfé. Síðan bað hann Guðrúnar. Var honum það mál auðsótt við Ósvífur en Guðrún mælti ekki í móti. Brullaup skyldi vera að Laugum að tíu vikum sumars. Var sú veisla allsköruleg. Samför þeirra Þórðar og Guðrúnar var góð. Það eitt hélt til að Þorkell hvelpur og Knútur fóru eigi málum á hendur Þórði Ingunnarsyni að þeir fengu eigi styrk til.

Annað sumar eftir höfðu Hólsmenn selför í Hvammsdal. Var Auður að seli. Laugamenn höfðu selför í Lambadal. Sá gengur vestur í fjöll af Sælingsdal. Auður spyr þann mann er smalans gætti hversu oft hann fyndi smalamann frá Laugum. Hann kvað það jafnan vera sem líklegt var því að háls einn var á milli seljanna.

Þá mælti Auður: "Þú skalt hitta í dag smalamann frá Laugum og máttu segja mér hvað manna er að veturhúsum eða í seli og ræð allt vingjarnlega til Þórðar sem þú átt að gera."

Sveinninn heitir að gera svo sem hún mælti. En um kveldið er smalamaður kom heim spyr Auður tíðinda.

Smalamaðurinn svarar: "Spurt hefi eg þau tíðindi er þér munu þykja góð að nú er breitt hvílugólf milli rúma þeirra Þórðar og Guðrúnar því að hún er í seli en hann heljast á skálasmíð og eru þeir Ósvífur tveir að veturhúsum."

"Vel hefir þú njósnað," segir hún, "og haf söðlað hesta tvo er menn fara að sofa."

Smalasveinn gerði sem hún bauð og nokkuru fyrir sólarfall sté Auður á bak og var hún þá að vísu í brókum. Smalasveinn reið öðrum hesti og gat varla fylgt henni, svo knúði hún fast reiðina. Hún reið suður yfir Sælingsdalsheiði og nam eigi staðar fyrr en undir túngarði að Laugum. Þá sté hún af baki en bað smalasveininn gæta hestanna meðan hún gengi til húss. Auður gekk að durum og var opin hurð. Hún gekk til eldhúss og að lokrekkju þeirri er

Þórður lá í og svaf. Var hurðin fallin aftur en eigi lokan fyrir. Hún gekk í lokrekkjuna en Þórður svaf og horfði í loft upp. Þá vakti Auður Þórð en hann snerist á hliðina er hann sá að maður var kominn. Hún brá þá saxi og lagði á Þórði og veitti honum áverka mikla og kom á höndina hægri. Varð hann sár á báðum geirvörtum. Svo lagði hún til fast að saxið nam í beðinum staðar. Síðan gekk Auður brott og til hests og hljóp á bak og reið heim eftir það. Þórður vildi upp spretta er hann fékk áverkann og varð það ekki því að hann mæddi blóðrás. Við þetta vaknaði Ósvífur og spyr hvað títt væri en Þórður kvaðst orðinn fyrir áverkum nokkurum. Ósvífur spyr ef hann vissi hver á honum hefði unnið og stóð upp og batt um sár hans. Þórður kvaðst ætla að það hefði Auður gert. Ósvífur bauð að ríða eftir henni, kvað hana fámenna til mundu hafa farið og væri henni skapað víti. Þórður kvað það fjarri skyldu fara, sagði hana slíkt hafa að gert sem hún átti.

Auður kom heim í sólarupprás og spurðu þeir bræður hennar hvert hún hefði farið. Auður kvaðst farið hafa til Lauga og sagði þeim hvað til tíðinda hafði gerst í förum hennar. Þeir létu vel yfir og kváðu of lítið mundu að orðið. Þórður lá lengi í sárum og greru vel bringusárin en sú höndin varð honum hvergi betri til taks en áður. Kyrrt var nú um veturinn.

En eftir um vorið kom Ingunn móðir Þórðar vestan af Skálmarnesi. Hann tók vel við henni. Hún kvaðst vilja ráðast undir áraburð Þórðar. Kvað hún Kotkel og konu hans og sonu gera sér óvært í fjárránum og fjölkynngi en hafa mikið traust af Hallsteini goða. Þórður veikst skjótt við þetta mál og kvaðst hafa skyldu rétt af þjófum þeim þótt Hallsteinn væri að móti, snarast þegar til ferðar við tíunda mann. Ingunn fór og vestur með honum. Hann hafði ferju úr Tjaldanesi. Síðan héldu þau vestur til Skálmarness.

Þórður lét flytja til skips allt lausafé það er móðir hans átti þar en smala skyldi reka fyrir innan fjörðu. Tólf voru þau alls á skipi. Þar var Ingunn og önnur kona. Þórður kom til bæjar Kotkels með tíunda mann. Synir þeirra Kotkels voru eigi heima. Síðan stefndi hann þeim Kotkeli og Grímu og sonum þeirra um þjófnað og fjölkynngi og lét varða skóggang. Hann stefndi sökum þeim til

alþingis og fór til skips eftir það. Þá komu þeir Hallbjörn og
Stígandi heim er Þórður var kominn frá landi og þó skammt. Sagði
Kotkell þá sonum sínum hvað þar hafði í gerst. Þeir bræður urðu
óðir við þetta og kváðu menn ekki hafa fyrr gengið í berhögg við
þau um svo mikinn fjandskap. Síðan lét Kotkell gera seiðhjall
mikinn. Þau færðust þar á upp öll. Þau kváðu þar fræði sín en það
voru galdrar. Því næst laust á hríð mikilli.

Það fann Þórður Ingunnarson og hans förunautar þar sem hann
var á sæ staddur og til hans var gert veðrið. Keyrir skipið vestur
fyrir Skálmarnes. Þórður sýndi mikinn hraustleik í sæliði. Það sáu
þeir menn er á landi voru að hann kastaði því öllu er til þunga var
utan mönnum. Væntu þeir menn er á landi voru Þórði þá landtöku
því að þá var af farið það sem skerjóttast var. Síðan reis boði
skammt frá landi sá er engi maður mundi að fyrri hefði uppi verið
og laust skipið svo að þegar horfði upp kjölurinn. Þar drukknaði
Þórður og allt föruneyti hans en skipið braut í spón og rak þar
kjölinn er síðan heitir Kjalarey. Skjöld Þórðar rak í þá ey er
Skjaldarey er kölluð. Lík Þórðar rak þar þegar á land og hans
förunauta. Var þar haugur orpinn að líkum þeirra þar er síðan heitir
Haugsnes.

36. kafli - Af Kotkeli og Grímu

Þessi tíðindi spyrjast víða og mælast illa fyrir. Þóttu það ólífismenn
er slíka fjölkynngi frömdu sem þau Kotkell höfðu þá lýst. Mikið
þótti Guðrúnu að um líflát Þórðar og var hún þá eigi heil og mjög
framað. Guðrún fæddi svein. Sá var vatni ausinn og kallaður
Þórður.

Í þenna tíma bjó Snorri goði að Helgafelli. Hann var frændi
Ósvífurs og vin. Áttu þau Guðrún þar mikið traust. Þangað fór
Snorri goði að heimboði. Þá tjáði Guðrún þetta vandkvæði fyrir
Snorra en hann kvaðst mundu veita þeim að málum þá er honum
sýndist en bauð Guðrúnu barnfóstur til hugganar við hana. Þetta
þá Guðrún og kvaðst hans forsjá hlíta mundu. Þessi Þórður var
kallaður köttur, faðir Stúfs skálds.

Síðan fer Gestur Oddleifsson á fund Hallsteins goða og gerði honum tvo kosti, að hann skyldi reka í brott þessa fjölkunnigu menn ella kvaðst hann mundu drepa þá "og er þó ofseinað."

Hallsteinn kaus skjótt og bað þau heldur í brott fara og nema hvergi staðar fyrir vestan Dalaheiði og kvað réttara að þau væru drepin. Síðan fóru þau Kotkell í brott og höfðu eigi meira fé en stóðhross fjögur. Var hesturinn svartur. Hann var bæði mikill og vænn og reyndur að vígi. Ekki er getið um ferð þeirra áður þau koma á Kambsnes til Þorleiks Höskuldssonar. Hann falar að þeim hrossin því að hann sá að það voru afreksgripir.

Kotkell svarar: "Gera skal þér kost á því. Tak við hrossunum en fá mér bústað nokkurn hér í nánd þér."

Þorleikur mælti: "Munu þá eigi heldur dýr hrossin því að eg hefi það spurt að þér munuð eiga heldur sökótt hér í héraði?"

Kotkell svarar: "Þetta muntu mæla til Laugamanna."

Þorleikur kvað það satt vera.

Þá mælti Kotkell: "Það horfir þó nokkuð annan veg við um sakir við Guðrúnu og bræður hennar en þér hefir sagt verið. Hafa menn ausið hrópi á oss fyrir enga sök og þigg stóðhrossin fyrir þessar sakir. Ganga og þær einar sögur frá þér að vér munum eigi uppi orpin fyrir sveitarmönnum hér ef vér höfum þitt traust."

Þorleikur slæst nú í málinu og þóttu honum fögur hrossin en Kotkell flutti kænlega málið. Þá tók Þorleikur við hrossunum. Hann fékk þeim bústað á Leiðólfsstöðum í Laxárdal. Hann birgði þau og um búfé. Þetta spyrja Laugamenn og vilja synir Ósvífurs þegar gera til þeirra Kotkels og sona hans.

Ósvífur mælti: "Höfum vér nú ráð Snorra goða og spörum þetta verk öðrum því að skammt mun líða áður búar Kotkels munu eiga spánnýjar sakir við þá og mun sem vert er Þorleiki mest mein að þeim. Munu þeir margir hans óvinir af stundu er hann hefir áður haft stundan af. En eigi mun eg letja yður að gera slíkt mein þeim Kotkatli sem yður líkar ef eigi verða aðrir til að elta þau úr héraði eða taka af lífi með öllu um það er þrír vetur eru liðnir."

Guðrún og bræður hennar sögðu svo vera skyldu. Ekki unnust þau Kotkell mjög fyrir en hvorki þurftu þau um veturinn að kaupa hey né mat og var sú byggð óvinsæl. Eigi treystust menn að raska kosti þeirra fyrir Þorleiki.

37. kafli

Það var eitt sumar á þingi er Þorleikur sat í búð sinni að maður einn mikill gekk í búðina inn. Sá kvaddi Þorleik en hann tók kveðju þessa manns og spurði hver hann væri eða hvað hann héti. Hann kvaðst Eldgrímur heita og búa í Borgarfirði á þeim bæ er heita Eldgrímsstaðir en sá bær er í dal þeim er skerst vestur í fjöll milli Múla og Grísartungu. Sá er nú kallaður Grímsdalur.

Þorleikur segir: "Heyrt hefi eg þín getið að því að þú sért ekki lítilmenni."

Eldgrímur mælti: "Það er erindi mitt hingað að eg vil kaupa að þér stóðhrossin þau hin dýru er Kotkell gaf þér í fyrra sumar."

Þorleikur svarar: "Eigi eru föl hrossin."

Eldgrímur mælti: "Eg býð þér jafnmörg stóðhross við og meðalauka nokkurn og munu margir mæla að eg bjóði við tvenn verð."

Þorleikur mælti: "Engi er eg mangsmaður því að þessi hross færð þú aldregi þótt þú bjóðir við þrenn verð."

Eldgrímur mælti: "Eigi mun það logið að þú munt vera stór og einráður. Mundi eg það og vilja að þú hefðir óríflegra verðið en nú hefi eg þér boðið og létir þú hrossin eigi að síður."

Þorleikur roðnaði mjög við þessi orð og mælti: "Þurfa muntu Eldgrímur að ganga nær ef þú skalt kúga af mér hrossin."

Eldgrímur mælti: "Ólíklegt þykir þér það að þú munir verða halloki fyrir mér. En þetta sumar mun eg fara að sjá hrossin hvor okkar sem þá hlýtur þau að eiga þaðan í frá."

Þorleikur segir: "Ger sem þú heitir og bjóð mér engan liðsmun."

Síðan skilja þeir talið.

Það mæltu menn er heyrðu að hér væri maklega á komið um þeirra skipti. Síðan fóru menn heim af þingi og var allt tíðindalaust.

Það var einn morgun snemma að maður sá út á Hrútsstöðum að Hrúts bónda Herjólfssonar. En er hann kom inn spurði Hrútur tíðinda. Sá kveðst engi tíðindi kunna að segja önnur en hann kveðst sjá mann ríða handan um vaðla og þar til er hross Þorleiks voru "og sté maðurinn af baki og höndlaði hrossin."

Hrútur spurði hvar hrossin væru þá.

Húskarl mælti: "Vel höfðu þau enn haldið haganum. Þau stóðu í engjum þínum fyrir neðan garð."

Hrútur svarar: "Það er satt að Þorleikur frændi er jafnan ómeskinn um beitingar og enn þykir mér líkara að eigi séu að hans ráði hrossin rekin á brott."

Síðan spratt Hrútur upp í skyrtu og línbrókum og kastaði yfir sig grám feldi og hafði í hendi bryntröll gullrekið er Haraldur konungur gaf honum. Hann gekk út nokkuð snúðigt og sá að maður reið að hrossum fyrir neðan garð. Hrútur gekk í móti honum og sá að Eldgrímur rak hrossin. Hrútur heilsaði honum. Eldgrímur tók kveðju hans og heldur seint. Hrútur spurði hvert hann skyldi reka hrossin.

Eldgrímur svarar: "Ekki skal þig því leyna. En veit eg frændsemi með ykkur Þorleiki. En svo er eg eftir hrossunum kominn að eg ætla honum þau aldrei síðan. Hefi eg og það efnt sem eg hét honum á þingi að eg hefi ekki með fjölmenni farið eftir hrossunum."

Hrútur segir: "Engi er það frami þótt þú takir hross í brott en Þorleikur liggi í rekkju sinni og sofi. Efnir þú það þá best er þið urðuð á sáttir ef þú hittir hann áður þú ríður úr héraði með hrossin."

Eldgrímur mælti: "Ger þú Þorleik varan við ef þú vilt því að þú mátt sjá að eg hefi svo heiman búist að mér þótti vel að fund okkarn Þorleiks bæri saman" og hristi krókaspjótið er hann hafði í hendi.

Hann hafði og hjálm á höfði og var gyrður sverði, skjöld á hlið. Hann var í brynju.

Hrútur mælti: "Heldur mun eg annars á leita en fara á Kambsnes því að mér er fótur þungur. En eigi mun eg láta ræna Þorleik ef eg hefi föng á því þótt eigi sé margt í frændsemi okkarri."

Eldgrímur mælti: "Er eigi það að þú ætlir að taka af mér hrossin?"

Hrútur svarar: "Gefa vil eg þér önnur stóðhross til þess að þú látir þessi laus þótt þau séu eigi jafngóð sem þessi."

Eldgrímur mælti: "Besta talar þú Hrútur en með því að eg hefi komið höndum á hrossin Þorleiks þá muntu þau hvorki plokka af mér með mútugjöfum né heitan."

Þá svarar Hrútur: "Það hygg eg að þú kjósir þann hlut til handa báðum okkur er verr muni gegna."

Eldgrímur vill nú skilja og hrökkvir hestinn. En er Hrútur sá það reiddi hann upp bryntröllið og setur milli herða Eldgrími svo að þegar slitnaði brynjan fyrir en bryntröllið hljóp út um bringuna. Féll Eldgrímur dauður af hestinum sem von var. Síðan huldi Hrútur hræ hans. Þar heitir Eldgrímsholt, suður frá Kambsnesi.

Eftir þetta ríður Hrútur ofan á Kambsnes og segir Þorleiki þessi tíðindi. Hann brást reiður við og þóttist vera mjög svívirður í þessu tilbragði en Hrútur þóttist hafa sýnt við hann mikinn vinskap. Þorleikur kvað það bæði vera að honum hafði illt til gengið enda mundi eigi gott í móti koma. Hrútur kvað hann mundu því ráða. Skiljast þeir með engri blíðu. Hrútur var þá áttræður er hann drap Eldgrím og þótti hann mikið hafa vaxið af þessu verki. Ekki þótti Þorleiki Hrútur því betra af verður að hann væri miklaður af þessu verki. Þóttist hann glöggt skilja að hann mundi hafa borið af Eldgrími ef þeir hefðu reynt með sér svo lítið sem fyrir hann lagðist.

Fór Þorleikur nú á fund landseta sinna, Kotkels og Grímu, og bað þau gera nokkurn hlut þann er Hrúti væri svívirðing að. Þau tóku undir þetta léttlega og kváðust þess vera albúin. Síðan fer Þorleikur heim.

En litlu síðar gera þau heimanferð sína Kotkell og Gríma og synir þeirra. Það var um nótt. Þau fóru á bæ Hrúts og gerðu þar seið mikinn. En er seiðlætin komu upp þá þóttust þeir eigi skilja er inni voru hverju gegna mundi. En fögur var sú kveðandi að heyra. Hrútur einn kenndi þessi læti og bað engan mann út sjá á þeirri nótt "og haldi hver vöku sinni er má og mun oss þá ekki til saka ef svo er með farið."

En þó sofnuðu allir menn. Hrútur vakti lengst og sofnaði þó.

Kári hét son Hrúts er þá var tólf vetra gamall og var hann efnilegastur sona Hrúts. Hann unni honum mikið. Kári sofnaði nær ekki því að til hans var leikur ger. Honum gerðist ekki mjög vært. Kári spratt upp og sá út. Hann gekk á seiðinn og féll þegar dauður niður.

Hrútur vaknaði um morguninn og hans heimamenn og saknaði

sonar síns. Fannst hann örendur skammt frá durum. Þetta þótti Hrúti hinn mesti skaði og lét verpa haug eftir Kára. Síðan ríður hann á fund Ólafs Höskuldssonar og segir honum þau tíðindi er þar höfðu gerst.

Ólafur varð óður við þessi tíðindi og segir verið hafa mikla vanhyggju er þeir höfðu látið sitja slík illmenni hið næsta sér sem þau Kotkell voru, sagði og Þorleik hafa sér illan hlut af deilt af málum við Hrút en kvað þó meira að orðið en hann mundi vilja. Ólafur kvað þá þegar skyldu drepa þau Kotkel og konu hans og sonu "er þó ofseinað nú."

Þeir Ólafur og Hrútur fara með fimmtán menn. En er þau Kotkell sjá mannareið að bæ sínum þá taka þau undan í fjall upp. Þar varð Hallbjörn slíkisteinsauga tekinn og dreginn belgur á höfuð honum. Þegar voru þá fengnir menn til gæslu við hann en sumir sóttu eftir þeim Kotkatli og Grímu og Stíganda upp á fjallið. Þau Kotkell og Gríma urðu áhend á hálsinum milli Haukadals og Laxárdals. Voru þau þar barin grjóti í hel og var þar ger að þeim dys úr grjóti og sér þess merki og heitir það Skrattavarði. Stígandi tók undan suður af hálsinum til Haukadals og þar hvarf hann þeim. Hrútur og synir hans fóru til sjávar með Hallbjörn. Þeir settu fram skip og reru frá landi með hann. Síðan tóku þeir belg af höfði honum en bundu stein við hálsinn. Hallbjörn rak þá skyggnur á landið og var augnalag hans ekki gott.

Þá mælti Hallbjörn: "Ekki var oss það tímadagur er vér frændur komum á Kambsnes þetta til móts við Þorleik. Það mæli eg um," segir hann, "að Þorleikur eigi þar fá skemmtanardaga héðan í frá og öllum verði þungbýlt þeim sem í hans rúm setjast."

Mjög þykir þetta atkvæði á hafa hrinið.

Síðan drekktu þeir honum og reru til lands.

Litlu síðar fer Hrútur á fund Ólafs frænda síns og segir honum að hann vill eigi hafa svo búið við Þorleik og bað hann fá sér menn til að sækja heim Þorleik.

Ólafur svarar: "Þetta samir eigi að þér frændur leggist hendur á.

85

Hefir þetta tekist ógiftusamlega Þorleiki til handar. Viljum vér heldur leita um sættir með ykkur. Hefir þú oft þíns hluta beðið vel og lengi."

Hrútur segir: "Ekki er slíks að leita. Aldrei mun um heilt með okkur gróa og það mundi eg vilja að eigi byggjum við báðir lengi í Laxárdal héðan í frá."

Ólafur svarar: "Eigi mun þér það verða hlýðisamt að ganga framar á hendur Þorleiki en mitt leyfi er til. En ef þú gerir það þá er eigi ólíklegt að mæti dalur hóli."

Hrútur þykist nú skilja að fast mun fyrir vera, fer heim og líkar stórilla. Og er kyrrt að kalla. Og sitja menn um kyrrt þau misseri.

38. kafli - Af Stíganda

Nú er að segja frá Stíganda. Hann gerðist útilegumaður og illur viðureignar. Þórður hét maður. Hann bjó í Hundadal. Hann var auðigur maður og ekki mikilmenni. Það varð til nýlundu um sumarið í Hundadal að fé nytjaðist illa en kona gætti fjár þar. Það fundu menn að hún varð gripaauðig og hún var löngum horfin svo að menn vissu eigi hvar hún var. Þórður bóndi lætur henni nauðga til sagna og er hún verður hrædd þá segir hún að maður kemur til fundar við hana, "sá er mikill," segir hún, "og sýnist mér vænlegur."

Þá spyr Þórður hversu brátt sá maður mundi koma til fundar við hana. Hún kvaðst vænta að það mundi brátt vera.

Eftir þetta fer Þórður á fund Ólafs og segir honum að Stígandi mun eigi langt þaðan í brott, biður hann til fara með sína menn og ná honum. Ólafur bregður við skjótt og fer í Hundadal. Er þá ambáttin heimt til tals við hann. Spyr þá Ólafur hvar bæli Stíganda væri. Hún kvaðst það eigi vita. Ólafur bauð að kaupa að henni ef hún kæmi Stíganda í færi við þá. Þessu kaupa þau saman.

Um daginn fer hún að fé sínu. Kemur þá Stígandi til móts við hana.

Hún fagnar honum vel og býður að skoða í höfði honum. Hann
leggur höfuðið í kné henni og sofnar skjótlega. Þá skreiðist hún
undan höfði honum og fer til móts við þá Ólaf og segir þeim hvar
þá var komið. Fara þeir til Stíganda og ræða um með sér að hann
skal eigi fara sem bróðir hans að hann skyldi það margt sjá er þeim
yrði mein að, taka nú belg og draga á höfuð honum. Stígandi
vaknaði við þetta og bregður nú engum viðbrögðum því að margir
menn voru nú um einn. Rauf var á belgnum og getur Stígandi séð
öðrum megin í hlíðina. Þar var fagurt landsleg og grasloðið. En því
var líkast sem hvirfilvindur komi að. Sneri um jörðunni svo að
aldregi síðan kom þar gras upp. Þar heitir nú á Brennu. Síðan berja
þeir Stíganda grjóti í hel og þar var hann dysjaður. Ólafur efnir vel
við ambáttina og gaf henni frelsi og fór hún heim í Hjarðarholt.

Hallbjörn slíkisteinsauga rak upp úr brimi litlu síðar en honum var
drekkt. Þar heitir Knarrarnes sem hann var kasaður og gekk hann
aftur mjög.

Sá maður er nefndur er Þorkell skalli hét. Hann bjó í Þykkvaskógi á
föðurleifð sinni. Hann var fullhugi mikill og rammur að afli. Eitt
kveld var vant kýr í Þykkvaskógi. Fór Þorkell að leita og húskarl
hans með honum. Það var eftir dagsetur en tunglskin var á. Þorkell
mælti að þeir mundu skipta með sér leitinni. Og er Þorkell var einn
saman staddur þá þóttist hann sjá á holtinu fyrir sér kú. Og er hann
kemur að þá var það Slíkisteinsauga en eigi kýr. Þeir runnust á
allsterklega. Fór Hallbjörn undan og er Þorkel varði minnst þá
smýgur hann niður í jörðina úr höndum honum. Eftir það fór
Þorkell heim. Húskarlinn var heim kominn og hafði hann fundið
kúna. Ekki varð síðan mein að Hallbirni.

Þorbjörn skrjúpur var þá andaður og svo Melkorka. Þau liggja bæði
í kumli í Laxárdal en Lambi son þeirra bjó þar eftir. Hann var
garpur mikill og hafði mikið fé. Meira var Lambi virður af
mönnum en faðir hans fyrir sakir móðurfrænda sinna. Vel var í
frændsemi þeirra Ólafs.

Líður nú hinn næsti vetur eftir dráp Kotkels. Um vorið eftir hittust
þeir bræður, Ólafur og Þorleikur. Spurði Ólafur hvort Þorleikur

ætlaði að halda búi sínu. Þorleikur segir að svo var.

Ólafur mælti: "Hins vildi eg beiða yður frændi að þér breytið ráðahag yðrum og færuð utan. Muntu þar þykja sómamaður sem þú kemur. En eg hygg um Hrút frænda okkarn að hann þykist kulda af kenna af skiptum yðrum. Er mér lítið um að hætta til lengur að þið sitjist svo nær. Er Hrútur aflamikill en synir hans ofsamenn einir og garpar. Þykist eg vant við kominn fyrir frændsemis sakir er þér deilið illdeildum frændur mínir."

Þorleikur mælti: "Ekki kvíði eg því að eg geti eigi haldið mér réttum fyrir Hrúti og sonum hans og mun eg eigi fyrir því af landi fara. En ef þér þykir miklu máli skipta frændi og þykist þú þar um í miklum vanda sitja þá vil eg gera fyrir þín orð því að þá undi eg best mínu ráði er eg var utanlendis. Veit eg og að þú munt ekki að verr gera til Bolla sonar míns þó að eg sé hvergi í nánd og honum ann eg mest manna."

Ólafur svarar: "Þá hefir þú vel af þessu máli ef þú gerir eftir bæn minni. Ætla eg mér það að gera héðan í frá sem hingað til er til Bolla kemur og vera til hans eigi verr en til minna sona."

Eftir þetta skilja þeir bræður með mikilli blíðu. Þorleikur selur nú jarðir sínar og ver fénu til utanferðar. Hann kaupir skip er uppi stóð í Dögurðarnesi. En er hann var búinn með öllu sté hann á skip út og kona hans og annað skuldalið. Skip það verður vel reiðfara og taka Noreg um haustið. Þaðan fer hann suður til Danmerkur því að hann festi ekki yndi í Noregi. Voru látnir frændur hans og vinir en sumir úr landi reknir. Síðan hélt Þorleikur til Gautlands. Það er flestra manna sögn að Þorleikur ætti lítt við elli að fást og þótti þó mikils verður meðan hann var uppi. Og lúkum vér þar sögu frá Þorleiki.

39. kafli - Af Kjartani og Bolla

Það var þá jafnan tíðhjalað í Breiðafjarðardölum um skipti þeirra Hrúts og Þorleiks að Hrútur hefði þungt af fengið Kotkatli og sonum hans. Þá mælti Ósvífur til Guðrúnar og bræðra hennar, bað þau á minnast hvort þá væri betur ráðið að hafa þar lagið sjálfa sig í hættu við heljarmenn slíka sem þau Kotkell voru.

Guðrún mælti: "Eigi er sá ráðlaus faðir er þinna ráða á kost."

Ólafur sat nú í búi sínu með miklum sóma og eru þar allir synir hans heima og svo Bolli frændi þeirra og fóstbróðir.

Kjartan var mjög fyrir sonum Ólafs. Þeir Kjartan og Bolli unnust mest. Fór Kjartan hvergi þess er eigi fylgdi Bolli honum. Kjartan fór oft til Sælingsdalslaugar. Jafnan bar svo til að Guðrún var að laugu. Þótti Kjartani gott að tala við Guðrúnu því að hún var bæði vitur og málsnjöll. Það var allra manna mál að með þeim Kjartani og Guðrúnu þætti vera mest jafnræði þeirra manna er þá óxu upp. Vinátta var og mikil með þeim Ólafi og Ósvífri og jafnan heimboð og ekki því minnur að kært gerðist með hinum yngrum mönnum.

Eitt sinn ræddi Ólafur við Kjartan: "Eigi veit eg," segir hann, "hví mér er jafnan svo hugþungt er þú ferð til Lauga og talar við Guðrúnu. En eigi er það fyrir því að eigi þætti mér Guðrún fyrir öllum konum öðrum og hún ein er svo kvenna að mér þyki þér fullkosta. Nú er það hugboð mitt, en eigi vil eg þess spá, að vér frændur og Laugamenn berum eigi allsendis gæfu til um vor skipti."

Kjartan kvaðst eigi vilja gera í mót vilja föður síns, það er hann mætti við gera, en kvaðst vænta að þetta mundi betur takast en hann gat til. Heldur Kjartan teknum hætti um ferðir sínar. Fór Bolli jafnan með honum. Líða nú þau misseri.

40. kafli - Af Ásgeiri æðikoll

Ásgeir hét maður og var kallaður æðikollur. Hann bjó að Ásgeirsá í Víðidal. Hann var son Auðunar skökuls. Hann kom fyrst sinna kynsmanna til Íslands. Hann nam Víðidal. Annar son Auðunar hét Þorgrímur hærukollur. Hann var faðir Ásmundar, föður Grettis.

Ásgeir æðikollur átti fimm börn. Son hans hét Auðun faðir Ásgeirs, föður Auðunar, föður Egils er átti Úlfeiði dóttur Eyjólfs hins halta. Þeirra son var Eyjólfur er veginn var á alþingi. Annar son Ásgeirs hét Þorvaldur. Hans dóttir var Dalla er átti Ísleifur biskup. Þeirra son var Gissur biskup. Hinn þriðji son Ásgeirs hét Kálfur. Allir voru synir Ásgeirs vænlegir menn. Kálfur Ásgeirsson var þann tíma í förum og þótti hinn nýsti maður.

Dóttir Ásgeirs hét Þuríður. Hún var gift Þorkeli kugga syni Þórðar gellis. Þeirra son var Þorsteinn. Önnur dóttir Ásgeirs hét Hrefna. Hún var vænst kvenna norður þar í sveitum og vel vinsæl. Ásgeir var mikill maður fyrir sér.

Það er sagt eitt sinn, að Kjartan Ólafsson byrjaði ferð sína suður til Borgarfjarðar. Ekki er getið um ferð hans fyrr en hann kom til Borgar. Þar bjó þá Þorsteinn Egilsson móðurbróðir hans. Bolli var í ferð með honum því að svo var ástúðigt með þeim fóstbræðrum að hvorgi þóttist nýta mega að þeir væru eigi ásamt. Þorsteinn tók við Kjartani með allri blíðu, kvaðst þökk kunna að hann væri þar lengur en skemur. Kjartan dvelst að Borg um hríð.

Þetta sumar stóð skip uppi í Gufuárósi. Það skip átti Kálfur Ásgeirsson. Hann hafði verið um veturinn á vist með Þorsteini Egilssyni. Kjartan segir Þorsteini í hljóði að það var mest erindi hans suður þangað að hann vildi kaupa skip hálft að Kálfi, "er mér á því hugur að fara utan" og spyr Þorstein hversu honum virðist Kálfur.

Þorsteinn kvaðst hyggja að hann væri góður drengur "er það vorkunn mikil frændi," segir Þorsteinn, "að þig fýsi að kanna annarra manna siðu. Mun þín ferð verða merkileg með nokkuru móti. Eiga frændur þínir mikið í hættu hversu þér tekst ferðin."

Kjartan kvað vel takast munu.

Síðan kaupir Kjartan skip hálft að Kálfi og gera helmingarfélag. Skal Kjartan koma til skips þá er tíu vikur eru af sumri. Gjöfum var Kjartan út leiddur frá Borg. Ríða þeir Bolli heim síðan. En er Ólafur frétti þessa ráðabreytni þá þótti honum Kjartan þessu hafa skjótt ráðið og kvaðst þó eigi bregða mundu.

Litlu síðar ríður Kjartan til Lauga og segir Guðrúnu utanferð sína.

Guðrún mælti: "Skjótt hefir þú þetta ráðið Kjartan."

Hefir hún þar um nokkur orð þau er Kjartan mátti skilja að Guðrún lét sér ógetið að þessu.

Kjartan mælti: "Lát þér eigi þetta mislíka. Eg skal gera annan hlut svo að þér þyki vel."

Guðrún mælti: "Entu þetta því að eg mun brátt yfir því lýsa."

Kjartan bað hana svo gera.

Guðrún mælti: "Þá vil eg fara utan með þér í sumar og hefir þú þá yfir bætt við mig þetta bráðræði því að ekki ann eg Íslandi."

"Það má eigi vera," segir Kjartan. "Bræður þínir eru óráðnir en faðir þinn gamall og eru þeir allri forsjá sviptir ef þú ferð af landi á brott og bíð mín þrjá vetur."

Guðrún kvaðst um það mundu engu heita og þótti sinn veg hvoru þeirra og skildu með því. Reið Kjartan heim.

Ólafur reið til þings um sumarið. Kjartan reið með föður sínum vestan úr Hjarðarholti og skildust í Norðurárdal. Þaðan reið Kjartan til skips og Bolli frændi hans var í för með honum. Tíu voru þeir íslenskir menn saman alls er í ferð voru með Kjartani og engi vildi skiljast við Kjartan fyrir ástar sakir. Ríður Kjartan til skips við þetta föruneyti. Kálfur Ásgeirsson fagnar þeim vel. Mikið fé höfðu þeir utan, Kjartan og Bolli. Halda þeir nú á búnaði sínum og þegar er byr gaf sigla þeir út eftir Borgarfirði léttan byr og góðan og síðan í haf. Þeim byrjaði vel, tóku Noreg norður við Þrándheim, lögðu inn til Agðaness og hittu þar menn að máli og spurðu tíðinda. Þeim var sagt að höfðingjaskipti var orðið í landinu. Var

Hákon jarl frá fallinn en Ólafur konungur Tryggvason til kominn og hafði allur Noregur fallið í hans vald. Ólafur konungur bauð siðaskipti í Noregi. Gengu menn allmisjafnt undir það. Þeir Kjartan lögðu inn til Niðaróss skipi sínu.

Í þenna tíma voru margir menn íslenskir í Noregi, þeir er virðingamenn voru. Lágu þar fyrir bryggjunum þrjú skip er íslenskir menn áttu öll. Eitt skip átti Brandur hinn örvi son Vermundar Þorgrímssonar. Annað skip átti Hallfreður vandræðaskáld. Þriðja skip áttu bræður tveir. Hét annar Bjarni en annar Þórhallur. Þeir voru synir Breiðár-Skeggja austan úr Fljótshlíð. Þessir menn allir höfðu ætlað um sumarið út til Íslands en konungur hafði lagt farbann fyrir skip þessi öll því að þeir vildu eigi taka við sið þeim er hann bauð. Allir íslenskir menn fagna vel Kjartani en þó Brandur best því að þeir voru mjög kunnir áður. Báru nú Íslendingar saman ráð sín og kom það ásamt með þeim að níta sið þeim er konungur bauð og höfðu þessir allir samband þeir sem fyrr voru nefndir. Þeir Kjartan lögðu nú skipinu við bryggjur og ruddu skipið og stöfuðu fyrir fé sínu. Ólafur konungur var í bænum. Hann spyr skipkomu þessa og það með að þar munu þeir menn margir á skipi er mikilhæfir eru.

Það var um haustið einn góðan veðurdag að menn fóru úr bænum til sunds á ána Nið. Þeir Kjartan sjá þetta. Þá mælti Kjartan til sinna félaga að þeir mundu fara til sundsins að skemmta sér um daginn. Þeir gera svo. Einn maður lék þar miklu best. Þá spyr Kjartan Bolla ef hann vilji freista sunds við bæjarmanninn.

Bolli svarar: "Ekki ætla eg það mitt færi."

"Eigi veit eg hvar kapp þitt er nú komið," segir Kjartan, "og skal eg þá til."

Bolli svarar: "Það máttu gera ef þér líkar."

Kjartan fleygir sér nú út á ána og að þessum manni er best er sundfær og færir niður þegar og heldur niðri um hríð. Lætur Kjartan þenna upp. Og er þeir hafa eigi lengi uppi verið þá þrífur sá maður til Kjartans og keyrir hann niður og eru niðri ekki skemur en Kjartani þótti hóf að, koma enn upp. Engi höfðust þeir orð við. Hið þriðja sinn fara þeir niður og eru þeir þá miklu lengst niðri. Þykist Kjartan nú eigi skilja hversu sjá leikur mun fara og þykist Kjartan aldrei komið hafa í jafnrakkan stað fyrr. Þar kemur að lyktum að þeir koma upp og leggjast til lands.

Þá mælti bæjarmaðurinn: "Hver er þessi maður?"

Kjartan sagði nafn sitt.

Bæjarmaður mælti: "Þú ert sundfær vel eða ertu að öðrum íþróttum jafn vel búinn sem að þessi?"

Kjartan svarar og heldur seint: "Það var orð á þá er eg var á Íslandi að þar færu aðrar eftir. En nú er lítils um þessa vert."

Bæjarmaður mælti: "Það skiptir nokkuru við hvern þú hefir átt eða hví spyrð þú mig engis?"

Kjartan mælti: "Ekki hirði eg um nafn þitt."

Bæjarmaður segir: "Bæði er að þú ert gervilegur maður enda lætur þú allstórlega. En eigi því síður skaltu vita nafn mitt eða við hvern þú hefir sundið þreytt. Hér er Ólafur konungur Tryggvason."

Kjartan svarar engu og snýr þegar í brott skikkjulaus. Hann var í skarlatskyrtli rauðum. Konungur var þá mjög klæddur. Hann kallar á Kjartan og bað hann eigi svo skjótt fara. Kjartan víkur aftur og heldur seint. Þá tekur konungur af herðum sér skikkju góða og gaf Kjartani, kvað hann eigi skikkjulausan skyldu ganga til sinna manna. Kjartan þakkar konungi gjöfina og gengur til sinna manna og sýnir þeim skikkjuna. Ekki létu hans menn vel yfir þessu, þótti Kjartan mjög hafa gengið á konungs vald. Og er nú kyrrt.

Veðráttu gerði harða um haustið. Voru frost mikil og kuldar. Heiðnir menn segja það eigi undarlegt að veðrátta léti illa: "Geldur að nýbreytni konungs og þessa hins nýja siðar er goðin hafa reiðst."

Íslendingar voru allir saman um veturinn í bænum. Var Kjartan mjög fyrir þeim. Veðrátta batnar og komu menn fjölmennt þá til bæjarins að orðsending Ólafs konungs. Margir menn höfðu við kristni tekið í Þrándheimi en hinir voru þó miklu fleiri er í móti voru.

Einnhvern dag átti konungur þing í bænum út á Eyrum og talaði trú fyrir mönnum, langt erindi og snjallt. Þrændir höfðu her manns og buðu konungi bardaga í mót. Konungur kvað þá vita skyldu að hann þóttist átt hafa við meira ofurefli en berjast þar við þorpara í Þrándheimi. Skaut þá bóndum skelk í bringu og lögðu allt á konungs vald og var margt fólk þá skírt. En síðan var slitið þinginu.

Þetta sama kveld sendir konungur menn til herbergis Íslendinga og bað þá verða vísa hvað þeir töluðu. Þeir gera svo. Var þar inn að heyra glaumur mikill.

Þá tók Kjartan til orða og mælti til Bolla: "Hversu fús ertu frændi að taka við trú þeirri er konungur býður?"

"Ekki er eg þess fús," svarar Bolli, "því að mér líst siður þeirra veiklegur mjög."

Kjartan spyr: "Þótti yður konungurinn í engum hótum hafa við þá er eigi vildu undir ganga hans vilja?"

Bolli svarar: "Að vísu þótti oss konungur ganga úr skugga berlega um það að þeir mundu miklum afarkostum mæta af honum."

"Engis manns nauðungarmaður vil eg vera," segir Kjartan, "meðan eg má upp standa og vopnum valda. Þykir mér það og lítilmannlegt að vera tekinn sem lamb úr stekk eða melrakki úr gildru. Þykir mér hinn kostur miklu betri ef maður skal þó deyja að vinna það nokkuð áður er lengi sé uppi haft síðan."

94

Bolli spyr: "Hvað viltu gera?"

"Ekki mun eg því leyna," segir Kjartan, "brenna konunginn inni."

"Ekki kalla eg þetta lítilmannlegt," segir Bolli, "en eigi mun þetta framgengt verða að því er eg hygg. Mun konungur vera giftudrjúgur og hamingjumikill. Hann hefir og örugg varðhöld dag og nótt."

Kjartan kvað áræðið flestum bila þótt allgóðir karlmenn væru. Bolli kvað það vant að sjá hverjum hugar þyrfti að frýja. En margir tóku undir að þetta væri þarfleysutal. Og er konungsmenn höfðu þessa varir orðið þá fóru þeir í brott og segja konungi þetta tal allt.

Um morguninn eftir vill konungur þing hafa. Er nú til stefnt öllum íslenskum mönnum. Og er þingið var sett þá stóð konungur upp og þakkaði mönnum þangaðkomu, þeim er hans vinir vildu vera og við trú höfðu tekið. Hann heimti til tals við sig Íslendinga. Konungur spyr ef þeir vildu skírn taka. Þeir ræma það lítt. Konungur segir að þeir mundu þann kost velja sér til handa er þeim gegndi verr "eða hverjum yðrum þótti það ráðlegast að brenna mig inni?"

Þá svarar Kjartan: "Það munuð þér ætla að sá muni eigi einurð til hafa við að ganga er það hefir mælt. En hér máttu þann sjá."

"Sjá má eg þig," segir konungur, "og eigi smáráðan. En eigi mun þér þess auðið verða að standa yfir höfuðsvörðum mínum og ærna hefir þú sök til þess þótt þú heitaðist eigi við fleiri konunga inni að brenna fyrir þá sök er þér væri hið betra kennt. En fyrir það er eg vissi eigi hvort hugur fylgdi máli þínu en drengilega við gengið þá skal þig eigi af lífi taka fyrir þessa sök. Kann og vera að þú haldir því betur trúna sem þú mælir meir í móti henni en aðrir. Kann eg og það að skilja að það mun skipshöfnum skipta að þann dag munu við trú taka er þú lætur ónauðigur skírast. Þykir mér og á því líkindi að frændur yðrir og vinir muni mjög á það hlýða hvað þér talið fyrir þeim er þér komið út til Íslands. Er það og nær mínu hugboði að þú Kjartan hafir betra sið er þú siglir af Noregi en þá er þú komst hingað. Farið nú í friði og í griðum hvert er þér viljið af þessum

fundi. Skal eigi pynda yður til kristni að sinni því að guð mælir svo
að hann vill að engi komi nauðigur til hans."

Var góður rómur ger að máli konungs og þó mest af kristnum
mönnum. En heiðnir menn mátu við Kjartan að hann skyldi svara
sem hann vildi.

Þá mælti Kjartan: "Þakka viljum vér yður konungur er þér gefið oss
góðan frið og þannig máttu oss mest teygja að taka við trúnni að
gefa oss upp stórsakir en mælir til alls í blíðu þar sem þér hafið
þann dag allt ráð vort í hendi er þér viljið. Og það ætla eg mér að
taka því aðeins við trú í Noregi að eg meti lítils Þór hinn næsta
vetur er eg kem til Íslands."

Þá segir konungur og brosti að: "Það sér á yfirbragði Kjartans að
hann þykist eiga meira traust undir afli sínu og vopnum heldur en
þar sem er Þór og Óðinn."

Síðan var slitið þinginu.

Margir menn eggjuðu konung er stund var í milli að nauðga þeim
Kjartani til trúarinnar og þótti óráðlegt að hafa svo marga heiðna
menn nær sér. Konungur svarar reiðulega, kvaðst það hyggja að
margir mundu þeir kristnir er eigi mundu þeir jafnháttagóðir sem
Kjartan eða sveit hans "og skal slíkra manna lengi bíða."

Konungur lætur margt nytsamlegt vinna þann vetur. Lætur hann
kirkju gera og auka mjög kaupstaðinn. Sú kirkja var ger að jólum.
Þá mælti Kjartan að þeir mundu ganga svo nær kirkju að þeir
mættu sjá atferði siðar þess er kristnir menn höfðu. Tóku margir
undir og sögðu það vera mundu mikla skemmtan. Gengur Kjartan
nú með sína sveit og Bolli. Þar er og Hallfreður í för og margt
manna af Íslendingum. Konungur talaði trú fyrir mönnum, bæði
langt erindi og snjallt, og gerðu kristnir menn góðan róm að hans
máli. En er þeir Kjartan voru gengnir í herbergi sín tekst umræða
mikil hvernig þeim hefði á litist konunginn nú er kristnir menn kalla
næst hinni mestu hátíð "því að konungur sagði svo að vér máttum
heyra að sá höfðingi hafi í nótt borinn verið er vér skulum nú á trúa

ef vér gerum eftir því sem konungur býður oss."

Kjartan segir: "Svo leist mér vel á konung hið fyrsta sinn er eg sá hann að eg fékk það þegar skilt að hann var hinn mesti ágætismaður og það hefir haldist jafnan síðan er eg hefi hann á mannfundum séð. En miklu best leist mér þó í dag á hann og öll ætla eg oss þar við liggja vor málskipti að vér trúum þann vera sannan guð sem konungur býður og fyrir engan mun má konungi nú tíðara til vera að eg taki við trúnni en mér er að láta skírast og það eina dvelur er eg geng nú eigi þegar á konungs fund er framorðið er dags því að nú mun konungur yfir borðum vera en sá dagur mun dveljast er vér sveitungar látum allir skírast."

Bolli tók vel undir þetta og bað Kjartan einn ráða þeirra máli. Viðræðu þeirra Kjartans hafði konungur fyrri spurt en borðin væru í brottu því að hann átti trúnað í hvers þeirra herbergi hinna heiðnu manna.

Konungur verður allglaður við þetta og mælti: "Sannað hefir Kjartan orðskviðinn, að hátíðir eru til heilla bestar."

Og þegar um morguninn snemma er konungur gekk til kirkju mætti Kjartan honum á strætinu með mikilli sveit manna. Kjartan kvaddi konung með mikilli blíðu og kvaðst eiga skyld erindi við hann. Konungur tók vel kveðju hans og kvaðst hafa spurt af hið ljósasta um hans erindi "og mun þér þetta mál auðsótt."

Kjartan bað þá ekki dvala við að leita að vatninu og kvað þó mikils mundu við þurfa.

Konungur svarar og brosti við: "Já Kjartan," segir hann, "eigi mundi okkur hér um harðfæri skilja þótt þú værir nokkuru kaupdýrri."

Síðan voru þeir Kjartan og Bolli skírðir og öll skipshöfn þeirra og fjöldi annarra manna. Þetta var annan dag jóla fyrir tíðir. Síðan bauð konungur Kjartani í jólaboð sitt og svo Bolla frænda hans.

97

Það er sögn flestra manna að Kjartan hafi þann dag gerst handgenginn Ólafi konungi er hann var færður úr hvítavoðum og þeir Bolli báðir. Hallfreður var eigi skírður þann dag því að hann skildi það til að konungur sjálfur skyldi halda honum undir skírn. Konungur lagði það til annan dag eftir.

Kjartan og Bolli voru með Ólafi konungi það er eftir var vetrarins. Konungur mat Kjartan umfram alla menn fyrir sakir ættar sinnar og atgervi og er það alsagt að Kjartan væri þar svo vinsæll að hann átti sér engan öfundarmann innan hirðar. Var það og allra manna mál að engi hefði slíkur maður komið af Íslandi sem Kjartan. Bolli var og hinn vaskasti maður og metinn vel af góðum mönnum. Líður nú vetur sjá. Og er vorar búast menn ferða sinna, svo hver sem ætlaði.

41. kafli - Af Kálfi Ásgeirssyni

Kálfur Ásgeirsson gengur til fundar við Kjartan og spyr hvað hann ætlaði ráða sinna um sumarið.

Kjartan svarar: "Það ætlaði eg helst að við mundum halda skipi okkru til Englands því að þangað er nú góð kaupstefna kristnum mönnum. En þó vil eg finna konung áður en eg ráði þetta til staðar því að hann tók lítt á um ferð mína þá er okkur varð um rætt á vori."

Síðan gekk Kálfur á brott en Kjartan til máls við konung og fagnar honum vel. Konungur tók honum með blíðu og spurði hvað í tali hefði verið með þeim félögum. Kjartan segir hvað þeir hefðu helst ætlað en kvað þó það sitt erindi til konungs að biðja sér orlofs um sína ferð.

Konungur svarar: "Þann kost mun eg þér gera á því Kjartan að þú farir til Íslands út í sumar og brjótir menn til kristni þar annaðhvort með styrk eða ráðum. En ef þér þykir sú för torsóttleg þá vil eg fyrir engan mun láta hendur af þér því að eg virði að þér sé betur hent að þjóna tignum mönnum heldur en gerast hér að kaupmanni."

Kjartan kaus heldur að vera með konungi en fara til Íslands og
boða þeim trúna, kvaðst eigi deila vilja ofurkappi við frændur sína:
"Er það og líkara um föður minn og aðra höfðingja þá sem frændur
mínir eru nánir að þeir séu eigi að strangari í að gera þinn vilja að
eg sé í yðru valdi í góðum kostum."

Konungur segir: "Þetta er bæði kjörið hyggilega og mikilmannlega."

Konungur gaf Kjartani öll klæði nýskorin af skarlati. Sömdu
honum þau því að það sögðu menn að þeir hafi jafnmiklir menn
verið þá er þeir gengu undir mál, Ólafur konungur og Kjartan.

Ólafur konungur sendi til Íslands hirðprest sinn er Þangbrandur
hét. Hann kom skipi sínu í Álftafjörð og var með Síðu-Halli um
veturinn að Þvottá og boðaði mönnum trú, bæði með blíðum
orðum og hörðum refsingum. Þangbrandur vó tvo menn þá er
mest mæltu í móti. Hallur tók trú um vorið og var skírður
þvottdaginn fyrir páska og öll hjón hans og þá lét Gissur hvíti
skírast og Hjalti Skeggjason og margir aðrir höfðingjar. En þó voru
þeir miklu fleiri er í móti mæltu og gerðist þá trautt óhætt með
heiðnum mönnum og kristnum. Gerðu höfðingjar ráð sitt að þeir
mundu drepa Þangbrand og þá menn er honum vildu veita forstoð.
Fyrir þessum ófriði stökk Þangbrandur til Noregs og kom á fund
Ólafs konungs og sagði honum hvað til tíðinda hafði borið í sinni
ferð og kvaðst það hyggja að eigi mundi kristni við gangast á
Íslandi. Konungur verður þessu reiður mjög og kvaðst það ætla að
margir Íslendingar mundu kenna á sínum hlut nema þeir riðu sjálfir
á vit sín.

Það sama sumar varð Hjalti Skeggjason sekur á þingi um goðgá.
Runólfur Úlfsson sótti hann, er bjó í Dal undir Eyjafjöllum, hinn
mesti höfðingi. Það sumar fór Gissur utan og Hjalti með honum,
taka Noreg og fara þegar á fund Ólafs konungs. Konungur tekur
þeim vel og kvað þá hafa vel úr ráðið og bauð þeim með sér að
vera og það þiggja þeir. Þá hafði Svertingur son Runólfs úr Dal
verið í Noregi um veturinn og ætlaði til Íslands um sumarið. Flaut
þá skip hans fyrir bryggjum albúið og beið byrjar. Konungur
bannaði honum brottferð, kvað engi skip skyldu ganga til Íslands

það sumar. Svertingur gekk á konungs fund og flutti mál sitt, bað sér orlofs og kvað sér miklu máli skipta að þeir bæru eigi farminn af skipinu.

Konungur mælti og var þá reiður: "Vel er að þar sé son blótmannsins er honum þykir verra."

Og fór Svertingur hvergi.

Var þann vetur allt tíðindalaust.

Um sumarið eftir sendi konungur þá Gissur hvíta og Hjalta Skeggjason til Íslands að boða trú enn af nýju en hann tók fjóra menn að gíslum eftir: Kjartan Ólafsson, Halldór son Guðmundar hins ríka og Kolbein son Þórðar Freysgoða og Sverting son Runólfs úr Dal. Þá ræðst og Bolli til farar með þeim Gissuri og Hjalta.

Síðan gengur hann að hitta Kjartan frænda sinn og mælti: "Nú er eg búinn til ferðar og mundi eg bíða þín hinn næsta vetur ef að sumri væri lauslegra um þína ferð en nú. En vér þykjumst hitt skilja að konungur vill fyrir engan mun þig lausan láta en höfum það fyrir satt að þú munir fátt það er á Íslandi er til skemmtanar þá er þú situr á tali við Ingibjörgu konungssystur."

Hún var þá með hirð Ólafs konungs og þeirra kvenna fríðust er þá voru í landi.

Kjartan svarar: "Haf ekki slíkt við en bera skaltu frændum vorum kveðju mína og svo vinum."

42. kafli - Af þeim Kjartani og Bolla

Eftir það skiljast þeir Kjartan og Bolli.

Gissur og Hjalti sigla af Noregi og verða vel reiðfara, koma að þingi í Vestmannaeyjar og fara til meginlands, eiga þar stefnur og tal við frændur sína. Síðan fara þeir til alþingis og töldu trú fyrir mönnum, bæði langt erindi og snjallt, og tóku þá allir menn trú á Íslandi. Bolli reið í Hjarðarholt af þingi með Ólafi frænda sínum. Tók hann við honum með mikilli blíðu.

Bolli reið til Lauga að skemmta sér þá er hann hafði litla hríð verið heima. Var honum þar vel fagnað. Guðrún spurði vandlega um ferðir hans en því næst að Kjartani.

Bolli leysti ofléttlega úr því öllu er Guðrún spurði, kvað allt tíðindalaust um ferðir sínar "en það er kemur til Kjartans þá er það með miklum ágætum að segja satt frá hans kosti því að hann er í hirð Ólafs konungs og metinn þar umfram hvern mann. En ekki kemur mér að óvörum þó að hans hafi hér í landi litlar nytjar hina næstu vetur."

Guðrún spyr þá hvort nokkuð héldi til þess annað en vinátta þeirra konungs. Bolli segir hvert orðtak manna var á um vináttu þeirra Kjartans og Ingibjargar konungssystur og kvað það nær sinni ætlan að konungur mundi heldur gifta honum Ingibjörgu en láta hann lausan ef því væri að skipta.

Guðrún kvað það góð tíðindi "en því aðeins er Kjartani fullboðið ef hann fær góða konu" og lét þá þegar falla niður talið, gekk á brott og var allrauð.

En aðrir grunuðu hvort henni þætti þessi tíðindi svo góð sem hún lét vel yfir.

Bolli er heima í Hjarðarholti um sumarið og hafði mikinn sóma fengið í ferð þessi. Þótti öllum frændum hans og kunningjum mikils um vert hans vaskleik. Bolli hafði og mikið fé út haft. Hann kom oft til Lauga og var á tali við Guðrúnu.

Eitt sinn spurði Bolli Guðrúnu hversu hún mundi svara ef hann bæði hennar.

Þá segir Guðrún skjótt: "Ekki þarftu slíkt að ræða Bolli. Engum manni mun eg giftast meðan eg spyr Kjartan á lífi."

Bolli svarar: "Það hyggjum vér að þú verðir að sitja nokkura vetur mannlaus ef þú skalt bíða Kjartans. Mundi hann og kost hafa átt að bjóða mér þar um nokkuð erindi ef honum þætti það allmiklu máli skipta."

Skiptust þau nokkurum orðum við og þótti sinn veg hvoru. Síðan ríður Bolli heim.

43. kafli - Kvonfang Bolla

Nokkuru síðar ræðir Bolli við Ólaf frænda sinn og mælti: "Á þá leið er frændi komið að mér væri á því hugur að staðfesta ráð mitt og kvongast. Þykist eg nú vera fullkominn að þroska. Vildi eg til hafa þessa máls þitt orða- fullting og framkvæmd því að þeir eru hér flestir menn að mikils munu virða þín orð."

Ólafur svarar: "Þær eru flestar konur að vér munum kalla að þeim sé fullboðið þar er þú ert. Muntu og eigi hafa þetta fyrr upp kveðið en þú munt hafa statt fyrir þér hvar niður skal koma."

Bolli segir: "Ekki mun eg mér úr sveit á brott biðja konu meðan svo nálægir eru góðir ráðakostir. Eg vil biðja Guðrúnar Ósvífursdóttur. Hún er nú frægst kvenna."

Ólafur svarar: "Þar er það mál að eg vil engan hlut að eiga. Er þér Bolli það í engan stað ókunnara en mér hvert orðtak á var um kærleika með þeim Kjartani og Guðrúnu. En ef þér þykir þetta allmiklu máli skipta þá mun eg leggja engan meinleika til ef þetta semst með yður Ósvífri. Eða hefir þú þetta mál nokkuð rætt við Guðrúnu?"

Bolli kvaðst hafa á vikið um sinnsakir og kvað hana hafa ekki mjög á tekið: "Vænti eg þó að Ósvífur muni mestu um ráða þetta mál."

Ólafur kvað hann með mundu fara sem honum líkaði.

Eigi miklu síðar ríður Bolli heiman og með honum synir Ólafs,
Halldór og Steinþór. Voru þeir tólf saman. Þeir ríða til Lauga.
Ósvífur fagnar þeim vel og synir hans. Bolli kvaddi Ósvífur til máls
við sig og hefur upp bónorð sitt og bað Guðrúnar dóttur hans.

En Ósvífur svarar á þá leið: "Svo er sem þú veist Bolli að Guðrún
er ekkja og á hún sjálf svör fyrir sér. En fýsa mun eg þessa."

Gengur nú Ósvífur til fundar við Guðrúnu og segir henni að þar er
kominn Bolli Þorleiksson "og biður þín. Áttu nú svör þessa máls.
Mun eg hér um skjótt birta minn vilja að Bolla mun eigi frá hnekkt
ef eg skal ráða."

Guðrún svarar: "Skjótlitið gerir þú þetta mál og ræddi Bolli eitt sinn
þetta mál fyrir mér og veik eg heldur af og það sama er mér enn í
hug."

Þá segir Ósvífur: "Þá munu margir menn mæla að þetta sé meir af
ofsa mælt en mikilli fyrirhyggju ef þú neitar slíkum manni sem Bolli
er. En meðan eg er uppi þá skal eg hafa forsjá fyrir yður börnum
mínum um þá hluti er eg kann gerr að sjá en þér."

Og er Ósvífur tók þetta mál svo þvert þá fyrirtók Guðrún eigi fyrir
sína hönd og var þó hin tregasta í öllu. Synir Ósvífurs fýsa þessa
mjög, þykir sér mikil slægja til mægða við Bolla. Og hvort sem að
þessum málum var setið lengur eða skemur þá réðst það af að þar
fóru festar fram og kveðið á brullaupsstefnu um veturnáttaskeið.
Síðan ríður Bolli heim í Hjarðarholt og segir Ólafi þessa
ráðastofnun. Hann lætur sér fátt um finnast. Er Bolli heima þar til
er hann skal boðið sækja. Bolli bauð Ólafi frænda sínum en Ólafur
var þess ekki fljótur og fór þó að bæn Bolla. Veisla var virðuleg að
Laugum. Bolli var þar eftir um veturinn. Ekki var margt í samförum
þeirra Bolla af Guðrúnar hendi.

En er sumar kom þá gengu skip landa í milli. Þá spurðust þau tíðindi til Noregs af Íslandi að það var alkristið. Varð Ólafur konungur við það allglaður og gaf leyfi öllum til Íslands þeim mönnum er hann hafði í gíslingum haft og fara hvert er þeim líkaði.

Kjartan svarar því að hann var fyrir þeim mönnum öllum er í gíslingu höfðu verið haldnir: "Hafið mikla þökk og þann munum vér af taka að vitja Íslands í sumar."

Þá segir Ólafur konungur: "Eigi munum vér þessi orð aftur taka Kjartan en þó mæltum vér þetta ekki síður til annarra manna en til þín því að vér virðum svo Kjartan að þú hafir hér setið meir í vingan en gíslingu. Vildi eg að þú fýstist eigi út til Íslands þó að þú eigir þar göfga frændur því að kost muntu eiga að taka þann ráðakost í Noregi er engi mun slíkur á Íslandi."

Þá svarar Kjartan: "Vor herra launi yður þann sóma er þér hafið til mín gert síðan er eg kom á yðvart vald. En þess vænti eg að þér munuð eigi síður gefa mér orlof en þeim öðrum er þér hafið hér haldið um hríð."

Konungur kvað svo vera skyldu en segir sér torfengan slíkan mann ótiginn sem Kjartan var.

Þann vetur hafði Kálfur Ásgeirsson verið í Noregi og hafði áður um haustið komið vestan af Englandi með skip þeirra Kjartans og kaupeyri. Og er Kjartan hafði fengið orlofið til Íslandsferðar halda þeir Kálfur á búnaði sínum.

Og er skipið var albúið þá gengur Kjartan á fund Ingibjargar konungssystur. Hún fagnaði honum vel og gefur rúm að sitja hjá sér og taka þau tal saman. Segir Kjartan þá Ingibjörgu að hann hefir búið ferð sína til Íslands.

Þá svarar hún: "Meir ætlum vér Kjartan að þú hafir gert þetta við einræði þitt en menn hafi þig þessa eggjað að fara í brott af Noregi og til Íslands."

En fátt varð þeim að orðum þaðan í frá. Í þessu bili tekur Ingibjörg til mjöðdrekku er stendur hjá henni. Hún tekur þar úr motur hvítan, gullofinn, og gefur Kjartani og kvað Guðrúnu Ósvífursdóttur helsti gott að vefja honum að höfði sér "og muntu henni gefa moturinn að bekkjargjöf. Vil eg að þær Íslendinga konur sjái það að sú kona er eigi þrælaættar er þú hefir tal átt við í Noregi."

Þar var guðvefjarpoki um utan. Var það hinn ágætasti gripur.

"Hvergi mun eg leiða þig," sagði Ingibjörg, "far nú vel og heill."

Eftir það stendur Kjartan upp og hvarf til Ingibjargar og höfðu menn það fyrir satt að þeim þætti fyrir að skiljast.

Gengur nú Kjartan í brott og til konungs, sagði konungi að hann er þá búinn ferðar sinnar. Ólafur konungur leiddi Kjartan til skips og fjöldi manns með honum. Og er þeir komu þar sem skipið flaut og var þá ein bryggja á land.

Þá tók konungur til orða: "Hér er sverð Kjartan er þú skalt þiggja af mér að skilnaði okkrum. Láttu þér vopn þetta fylgjusamt vera því að eg vænti þess að þú verðir eigi vopnbitinn maður ef þú berð þetta sverð."

Það var hinn virðulegsti gripur og búið mjög.

Kjartan þakkaði konungi með fögrum orðum alla þá sæmd og virðing er hann hafði honum veitt meðan hann hafði verið í Noregi.

Þá mælti konungur: "Þess vil eg biðja þig Kjartan að þú haldir vel trúna."

Eftir það skiljast þeir konungur og Kjartan með miklum kærleik. Gengur þá Kjartan út á skip.

Konungurinn leit eftir honum og mælti: "Mikið er að Kjartani kveðið og kyni hans og mun óhægt vera atgerða við forlögum þeirra."

44. kafli - Af Kjartani og Kálfi

Þeir Kjartan og Kálfur sigla nú í haf. Þeim byrjaði vel og voru litla hríð úti, tóku Hvítá í Borgarfirði. Þessi tíðindi spyrjast víða, útkoma Kjartans. Þetta fréttir Ólafur faðir hans og aðrir frændur hans og verða fegnir mjög. Ríður Ólafur þegar vestan úr Dölum og suður til Borgarfjarðar. Verður þar mikill fagnafundur með þeim feðgum. Býður Ólafur Kjartani til sín við svo marga menn sem hann vildi. Kjartan tók því vel, kvaðst sér þá vist ætla að hafa. Ríður Ólafur nú heim í Hjarðarholt en Kjartan er að skipi um sumarið. Hann spyr nú gjaforð Guðrúnar og brá sér ekki við það en mörgum var á því kvíðustaður áður.

Guðmundur Sölmundarson mágur Kjartans og Þuríður systir hans komu til skips. Kjartan fagnar þeim vel. Ásgeir æðikollur kom og til skips að finna Kálf son sinn. Þar var í ferð með honum Hrefna dóttir hans. Hún var hin fríðasta kona. Kjartan bauð Þuríði systur sinni að hafa slíkt af varningi sem hún vildi. Slíkt hið sama mælti Kálfur við Hrefnu. Kálfur lýkur nú upp einni mikilli kistu og bað þær þar til ganga.

Um daginn gerði á hvasst veður og hljópu þeir Kjartan þá út að festa skip sitt og er þeir höfðu því lokið ganga þeir heim til búðanna. Gengur Kálfur inn fyrri í búðina. Þær Þuríður og Hrefna hafa þá mjög borið úr kistunni. Þá þrífur Hrefna upp moturinn og rekur í sundur. Tala þær um að það sé hin mesta gersemi. Þá segir Hrefna að hún vill falda sér við moturinn. Þuríður kvað það ráðlegt og nú gerir Hrefna svo. Kálfur sér þetta og lét eigi hafa vel til tekist og bað hana taka ofan sem skjótast "því að sjá einn er svo hlutur að við Kjartan eigum eigi báðir saman."

Og er þau tala þetta þá kemur Kjartan inn í búðina. Hann hafði heyrt tal þeirra og tók undir þegar og kvað ekki saka. Hrefna sat þá enn með faldinum.

Kjartan hyggur að henni vandlega og mælti: "Vel þykir mér þér sama moturinn Hrefna," segir hann, "ætla eg og að það sé best fallið að eg eigi allt saman, motur og mey."

Þá svarar Hrefna: "Það munu menn ætla að þú munir eigi kvongast vilja bráðendis en geta þá konu er þú biður."

Kjartan segir að eigi mundi mikið undir hverja hann ætti en lést engrar skyldu lengi vonbiðill vera.

Hrefna tekur nú ofan faldinn og selur Kjartani moturinn og hann varðveitir.

Guðmundur og þau Þuríður buðu Kjartani norður þangað til sín til kynnisvistar um veturinn. Kjartan hét ferð sinni. Kálfur Ásgeirsson réðst norður með föður sínum. Skipta þeir Kjartan nú félagi sínu og fór það allt í makindi og vinskap.

Kjartan ríður og frá skipi og vestur í Dali. Þeir voru tólf saman. Kemur Kjartan heim í Hjarðarholt og verða allir menn honum fegnir. Kjartan lætur flytja fé sitt sunnan frá skipi um haustið. Þessir tólf menn voru allir í Hjarðarholti um veturinn.

Þeir Ólafur og Ósvífur héldu hinum sama hætti um heimboð. Skyldu sitt haust hvorir aðra heim sækja. Þetta haust skyldi vera boð að Laugum en Ólafur til sækja og þeir Hjarðhyltingar.

Guðrún mælti nú við Bolla að henni þótti hann eigi hafa sér allt satt til sagt um útkomu Kjartans. Bolli kvaðst það sagt hafa sem hann vissi þar af sannast. Guðrún talaði fátt til þessa efnis en það var auðfynt að henni líkaði illa því að það ætluðu flestir menn að henni væri enn mikil eftirsjá að um Kjartan þó að hún hyldi yfir.

Líður nú þar til er haustboðið skyldi vera að Laugum. Ólafur bjóst til ferðar og bað Kjartan fara með sér. Kjartan kvaðst mundu heima vera að gæta bús. Ólafur bað hann eigi það gera að styggjast við frændur sína: "Minnstu á það Kjartan að þú hefir engum manni jafn mikið unnt sem Bolla fóstbróður þínum. Er það minn vilji að þú farir. Mun og brátt semjast með ykkur frændum ef þið finnist sjálfir."

Kjartan gerir svo sem faðir hans beiðist og tekur hann nú upp skarlatsklæði sín þau er Ólafur konungur gaf honum að skilnaði og bjó sig við skart. Hann gyrti sig með sverðinu konungsnaut. Hann hafði á höfði hjálm gullroðinn og skjöld á hlið rauðan og dreginn á með gulli krossinn helgi. Hann hafði í hendi spjót og gullrekinn falurinn á. Allir menn hans voru í litklæðum. Þeir voru alls á þriðja tigi manna. Þeir ríða nú heiman úr Hjarðarholti og fóru þar til er þeir komu til Lauga. Var þar mikið fjölmenni fyrir.

45. kafli - Af Kjartani og Bolla

Bolli gekk í móti þeim Ólafi og synir Ósvífurs og fagna þeim vel. Bolli gekk að Kjartani og minntist til hans. Kjartan tók kveðju hans. Eftir það var þeim inn fylgt. Bolli er við þá hinn kátasti. Ólafur tók því einkar vel en Kjartan heldur fálega. Veisla fór vel fram.

Bolli átti stóðhross þau er best voru kölluð. Hesturinn var mikill og vænn og hafði aldregi brugðist að vígi. Hann var hvítur að lit og rauð eyrun og toppurinn. Þar fylgdu þrjú merhryssi með sama lit sem hesturinn. Þessi hross vildi Bolli gefa Kjartani en Kjartan kvaðst engi vera hrossamaður og vildi eigi þiggja. Ólafur bað hann við taka hrossunum "og eru þetta hinar virðulegstu gjafir."

Kjartan setti þvert nei fyrir, skildust eftir það með engri blíðu og fóru Hjarðhyltingar heim og er nú kyrrt. Var Kjartan heldur fár um veturinn. Nutu menn lítt tals hans. Þótti Ólafi á því mikil mein.

Þann vetur eftir jól býst Kjartan heiman og þeir tólf saman. Ætluðu þeir norður til héraða. Ríða nú leið sína þar til er þeir koma í Víðidal norður í Ásbjarnarnes og er þar tekið við Kjartani með hinni mestu blíðu og ölúð. Voru þar híbýli hin veglegstu. Hallur son Guðmundar var þá á tvítugs aldri. Hann var mjög í kyn þeirra Laxdæla. Það er alsagt að eigi hafi verið alvasklegri maður í öllum Norðlendingafjórðungi. Hallur tók við Kjartani frænda sínum með mikilli blíðu. Eru þá þegar leikar lagðir í Ásbjarnarnesi og safnað víða til um héruð. Kom til vestan úr Miðfirði og af Vatnsnesi og úr Vatnsdal og allt utan úr Langadal. Varð þar mikið fjölmenni. Allir menn höfðu á máli hversu mikið afbragð Kjartan var annarra manna. Síðan var aflað til leiks og beitist Hallur fyrir. Hann bað Kjartan til leiks: "Vildum vér frændi að þú sýndir kurteisi þína í þessu."

Kjartan svarar: "Lítt hefi eg tamið mig til leika nú hið næsta því að annað var tíðara með Ólafi konungi. En eigi vil eg synja þér um sinnsakir þessa."

Býst nú Kjartan til leiks. Var þeim mönnum að móti honum skipt er þar voru sterkastir. Er nú leikið um daginn. Hafði þar engi maður við Kjartani, hvorki afl né fimleik.

Og um kveldið er leik var lokið þá stendur upp Hallur Guðmundarson og mælti: "Það er boð föður míns og vilji um alla þá menn er hingað hafa lengst sótt að þeir séu hér allir náttlangt og taki hér á morgun til skemmtanar."

Þetta erindi ræmdist vel og þótti stórmannlega boðið. Kálfur Ásgeirsson var þar kominn og var einkar kært með þeim Kjartani. Þar var og Hrefna systir hans og hélt allmjög til skarts. Var þar aukið hundrað manna á búi um nóttina. Um daginn eftir var þar skipt til leiks. Kjartan sat þá hjá leik og sá á.

Þuríður systir hans gekk til máls við hann og mælti svo: "Það er mér sagt frændi að þú sért heldur hljóður veturlangt. Tala menn það að þér muni vera eftirsjá að um Guðrúnu. Færa menn það til þess að engi blíða verður á með ykkur Bolla frændum, svo mikið ástríki sem með ykkur hefir verið allar stundir. Ger svo vel og hæfilega að þú lát þér ekki að þessu þykja og unn frænda þínum góðs ráðs. Þætti oss það ráðlegast að þú kvongaðist eftir því sem þú mæltir í fyrra sumar þótt þér sé eigi þar með öllu jafnræði sem Hrefna er því að þú mátt eigi það finna innanlands. Ásgeir faðir hennar er göfugur maður og stórættaður. Hann skortir og eigi fé að fríða þetta ráð. Er og önnur dóttir hans gift ríkum manni. Þú hefir og mér sagt að Kálfur Ásgeirsson sé hinn röskvasti maður. Er þeirra ráðahagur hinn skörulegsti. Það er minn vilji að þú takir tal við Hrefnu og væntir mig að þér þyki þar fara vit eftir vænleik."

Kjartan tók vel undir þetta og kvað hana vel mála leita. Eftir þetta er komið saman tali þeirra Hrefnu. Tala þau um daginn. Um kveldið spurði Þuríður Kjartan hversu honum hefði virst orðtak Hrefnu. Hann lét vel yfir, kvaðst kona þykja vera hin skörulegsta að öllu því er hann mátti sjá af. Um morguninn eftir voru menn sendir til Ásgeirs og boðið honum í Ásbjarnarnes. Tókst nú umræða um mál þeirra og biður Kjartan nú Hrefnu dóttur Ásgeirs. Hann tekur því máli líklega því að hann var vitur maður og kunni að sjá hversu sæmilega þeim er boðið. Kálfur er þessa máls mjög flýtandi: "Vil eg ekki láta til spara."

Hrefna veitti og eigi afsvör fyrir sína hönd og bað hún föður sinn ráða. Er nú þessu máli á leið snúið og vottum bundið. Ekki lætur Kjartan sér annað líka en brullaup sé í Hjarðarholti. Þeir Ásgeir og Kálfur mæla ekki þessu í mót. Er nú ákveðin brullaupsstefna í Hjarðarholti þá er fimm vikur eru af sumri.

Eftir það reið Kjartan heim með stórar gjafir. Ólafur lét vel yfir þessum tíðindum því að Kjartan var miklu kátari en áður hann fór heiman.

Kjartan fastaði þurrt langaföstu og gerði það að engis manns dæmum hér á landi því að það er sögn manna að hann hafi fyrstur manna fastað þurrt hér innanlands. Svo þótti mönnum það undarlegur hlutur að Kjartan lifði svo lengi matlaus að menn fóru langar leiðir að sjá hann. Með slíku móti voru aðrir hættir Kjartans umfram aðra menn. Síðan gengu af páskarnir.

Eftir það láta þeir Kjartan og Ólafur stofna til veislu mikillar. Koma þeir norðan, Ásgeir og Kálfur, að á kveðinni stefnu og Guðmundur og Hallur og höfðu þeir allir saman sex tigu manna. Þeir Kjartan höfðu og mikið fjölmenni fyrir. Var sú veisla ágæt því að viku var að boðinu setið. Kjartan gaf Hrefnu að línfé moturinn og var sú gjöf allfræg því að engi var þar svo vitur eða stórauðigur að slíka gersemi hefði séð eða átta. En það er hygginna manna frásögn að átta aurum gulls væri ofið í moturinn. Kjartan var og svo kátur að boðinu að hann skemmti þar hverjum manni í tali sínu og sagði frá ferðum sínum. Þótti mönnum þar mikils um það vert hversu mikil efni þar voru til seld því að hann hafði lengi þjónað hinum ágætasta höfðingja, Ólafi konungi Tryggvasyni. En þá er boðinu var slitið valdi Kjartan góðar gjafir Guðmundi og Halli og öðru stórmenni. Fengu þeir feðgar mikinn orðstír af þessi veislu. Tókust góðar ástir með þeim Kjartani og Hrefnu.

46. kafli - Stolið sverðið konungsnautur

Þeir Ólafur og Ósvífur héldu sinni vináttu þótt nokkuð væri þústur á með hinum yngrum mönnum. Það sumar hafði Ólafur heimboð hálfum mánuði fyrir vetur. Ósvífur hafði og boð stofnað að veturnóttum. Bauð þá hvor þeirra öðrum til sín með svo marga menn sem þá þætti hvorum mestur sómi að vera. Ósvífur átti þá fyrri boð að sækja til Ólafs og kom hann að á kveðinni stundu í Hjarðarholt. Í þeirri ferð var Bolli og Guðrún og synir Ósvífurs.

Um morguninn eftir ræddi kona ein um er þær gengu utar eftir skálanum hversu konum skyldi skipa í sæti. Það bar saman og Guðrún er komin gegnt rekkju þeirri að Kjartan var vanur að liggja í. Kjartan var þá að og klæddist og steypti yfir sig skarlatskyrtli rauðum.

Þá mælti Kjartan til konu þeirrar er um kvennaskipunina hafði rætt því að engi var annar skjótari til að svara: "Hrefna skal sitja í öndvegi og vera mest metin að gervöllu á meðan eg er á lífi."

En Guðrún hafði þó áður ávallt skipað öndvegi í Hjarðarholti og annars staðar. Guðrún heyrði þetta og leit til Kjartans og brá lit en svarar engu.

Annan dag eftir mælti Guðrún við Hrefnu að hún skyldi falda sér með motrinum og sýna mönnum svo hinn besta grip er komið hafði til Íslands. Kjartan var hjá og þó eigi allnær og heyrði hvað Guðrún mælti.

Hann varð skjótari til að svara en Hrefna: "Ekki skal hún falda sér með motri að þessu boði því að meira þykir mér skipta að Hrefna eigi hina mestu gersemi heldur en boðsmenn hafi nú augnagaman af að sinni."

Viku skyldi haustboð vera að Ólafs. Annan dag eftir ræddi Guðrún í hljóði til Hrefnu að hún skyldi sýna henni moturinn. Hún kvað svo vera skyldu. Um daginn eftir ganga þær í útibúr það er gripirnir voru í. Lauk Hrefna upp kistu og tók þar upp guðvefjarpoka en úr pokanum tók hún moturinn og sýndi Guðrúnu. Hún rakti moturinn og leit á um hríð og ræddi hvorki um löst né lof. Síðan hirti Hrefna moturinn og gengu þær til sætis síns. Eftir það fór þar fram gleði og skemmtan.

En þann dag er boðsmenn skyldu í brott ríða gekk Kjartan mjög um sýslur að annast mönnum hestaskipti, þeim er langt voru að komnir, og slíkan fararbeina hverjum sem hafa þurfti. Ekki hafði Kjartan haft sverðið konungsnaut í hendi þá er hann hafði að þessu gengið en þó var hann sjaldan vanur að láta það hendi firr ganga. Síðan gekk hann til rúms síns þar sem sverðið hafði verið og var þá á brottu. Hann gekk þegar að segja föður sínum þessa svipan.

Ólafur mælti: "Hér skulum vér fara með sem hljóðast og mun eg fá menn til njósnar í hvern flokk þeirra er á brott ríða."

Og svo gerði hann.

Án hinn hvíti skyldi ríða með liði Ósvífurs og hugleiða afhvarf manna eða dvalar. Þeir riðu inn hjá Ljárskógum og hjá bæjum þeim er í Skógum heita og dvöldust hjá skóginum og stigu þar af baki. Þórólfur son Ósvífurs fór af bænum og nokkurir aðrir menn með honum. Þeir hurfu í brott í hrískjörr nokkur á meðan þeir dvöldust hjá skóginum. Án fylgdi þeim til Laxár er fellur úr Sælingsdal og kvaðst hann þá mundu aftur hverfa. Eigi taldi Þórólfur mein á því þótt hann hefði hvergi farið. Þá nótt áður hafði fallið lítil snæfölva svo að sporrækt var. Án reið aftur til skógar og rakti spor Þórólfs til keldu einnar eða fens. Hann þreifar þar í niður og greip á sverðshjöltum. Án vildi hafa til vitni með sér um þetta mál og reið eftir Þórarni í Sælingsdalstungu og hann fór til með Áni að taka upp sverðið. Eftir það færði Án Kjartani sverðið. Kjartan vafði um dúki og lagði niður í kistu. Þar heitir Sverðskelda síðan er þeir Þórólfur höfðu fólgið konungsnaut. Var nú látið kyrrt yfir þessu en umgerðin fannst aldregi síðan. Kjartan hafði jafnan minni mætur á sverðinu síðan en áður. Þetta lét Kjartan á sig bíta og vildi eigi hafa svo búið.

Ólafur mælti: "Láttu þetta ekki á þig bíta. Hafa þeir sýnt ekki góðan prett en þig sakar ekki. Látum eigi aðra eiga að því að hlæja að vér leggjum slíkt til deilu þar er til móts eru vinir og frændur."

Og við þessar fortölur Ólafs lét Kjartan kyrrt vera.

Eftir þetta bjóst Ólafur að sækja heimboð til Lauga að veturnóttum og ræddi um við Kjartan að hann skyldi fara. Kjartan var trauður til og hét þó ferðinni að bæn föður síns. Hrefna skyldi og fara og vildi heima láta moturinn.

Þorgerður húsfreyja spurði: "Hvenær skaltu upp taka slíkan ágætisgrip ef hann skal í kistum liggja þá er þú ferð til boða?"

Hrefna svarar: "Margir menn mæla það að eigi sé örvæna að eg komi þar að eg eigi færri öfundarmenn en að Laugum."

Þorgerður segir: "Ekki leggjum vér mikinn trúnað á þá menn er slíkt láta fjúka hér í milli húsa."

En með því að Þorgerður fýsti ákaft þá hafði Hrefna moturinn en Kjartan mælti þá eigi í mót er hann sá hversu móðir hans vildi.

Eftir þetta ráðast þau til ferðar og koma þau til Lauga um kveldið og var þeim þar vel fagnað. Þorgerður og Hrefna selja klæði sín til varðveislu. En um morguninn er konur skyldu taka búnað sinn þá leitar Hrefna að motrinum og var þá í brottu þaðan sem hún hafði varðveitt og var þá víða leitað og fannst eigi. Guðrún kvað það líkast að heima mundi eftir hafa orðið moturinn eða hún mundi

113

hafa búið um óvarlega og fellt niður. Hrefna sagði nú Kjartani að moturinn var horfinn. Hann svarar og kvað eigi hægt hlut í að eiga að gæta til með þeim og bað hana nú láta vera kyrrt, segir síðan föður sínum um hvað að leika var.

Ólafur svarar: "Enn vildi eg sem fyrr að þú létir vera og hjá þér líða þetta vandræði. Mun eg leita eftir þessu í hljóði því að þar til vildi eg allt vinna að ykkur Bolla skildi eigi á. Er um heilt best að binda frændi," segir hann.

Kjartan svarar: "Auðvitað er það faðir að þú mundir unna öllum hér af góðs hlutar. En þó veit eg eigi hvort eg nenni að aka svo höllu fyrir Laugamönnum."

Þann dag er menn skyldu á brott ríða frá boðinu tekur Kjartan til máls og segir svo: "Þig kveð eg að þessu Bolli frændi. Þú munt vilja gera til vor drengilegar héðan í frá en hingað til. Mun eg þetta ekki í hljóðmæli færa því að það er nú að margra manna viti um hvörf þau er hér hafa orðið er vér hyggjum að í yðvarn garð hafi runnið. Á hausti er vér veittum veislu í Hjarðarholti var tekið sverð mitt. Nú kom það aftur en eigi umgerðin. Nú hefir hér enn horfið sá gripur er fémætur mun þykja. Þó vil eg nú hafa hvorntveggja."

Þá svarar Bolli: "Eigi erum vér þessa valdir Kjartan er þú berð á oss. Mundi oss alls annars af þér vara en það að þú mundir oss stuld kenna."

Kjartan segir: "Þá menn hyggjum vér hér í ráðum hafa verið um þetta að þú mátt bætur á ráða ef þú vilt. Gangið þér þörfum meir á fang við oss. Höfum vér lengi undan eirt fjandskap yðrum. Skal nú því lýsa að eigi mun svo búið hlýða."

Þá svarar Guðrún máli hans og mælti: "Þann seyði raufar þú þar Kjartan að betur væri að eigi ryki. Nú þó að svo sé sem þú segir að þeir menn séu hér nokkurir er ráð hafi til þess sett að moturinn skyldi hverfa þá virði eg svo að þeir hafi að sínu gengið. Hafið þér nú það fyrir satt þar um sem yður líkar hvað af motrinum er orðið. En eigi þykir mér illa þó að svo sé fyrir honum hagað að Hrefna

114

hafi litla búningsbót af motrinum héðan í frá."

Eftir þetta skilja þau heldur þunglega. Ríða þeir heim
Hjarðhyltingar. Takast nú af heimboðin. Var þó kyrrt að kalla. Ekki
spurðist síðan til motursins. Það höfðu margir menn fyrir satt að
Þórólfur hefði brenndan moturinn í eldi að ráði Guðrúnar systur
sinnar.

Þann vetur öndverðan andaðist Ásgeir æðikollur. Tóku synir hans
þar við búi og fé.

47. kafli - Kjartan fór til Lauga

Eftir jól um veturinn safnar Kjartan að sér mönnum. Urðu þeir
saman sex tigir manna. Ekki sagði Kjartan föður sínum hversu af
stóðst um ferð þessa. Spurði Ólafur og lítt að. Kjartan hafði með
sér tjöld og vistir. Ríður Kjartan nú leið sína þar til er hann kemur
til Lauga. Hann biður menn stíga af baki og mælti að sumir skyldu
geyma hesta þeirra en suma biður hann reisa tjöld. Í þann tíma var
það mikil tíska að úti var salerni og eigi allskammt frá bænum og
svo var að Laugum. Kjartan lét þar taka dyr allar á húsum og
bannaði öllum mönnum útgöngu og dreitti þau inni þrjár nætur.
Eftir það ríður Kjartan heim í Hjarðarholt og hver hans förunauta
til síns heimilis. Ólafur lætur illa yfir þessi ferð. Þorgerður kvað eigi
lasta þurfa og sagði Laugamenn til slíks gert hafa eða meiri
svívirðingar.

Þá mælti Hrefna: "Áttir þú Kjartan við nokkura menn tal að
Laugum?"

Hann svarar: "Lítið var bragð að því."

Segir hann að þeir Bolli skiptust við nokkurum orðum.

Þá mælti Hrefna og brosti við: "Það er mér sannlega sagt að þið
Guðrún munuð hafa við talast og svo hefi eg spurt hversu hún var
búin að hún hefði nú faldið sig við motrinum og semdi einkar vel."

115

Kjartan svarar og roðnaði mjög við. Var mönnum auðfynt að hann reiddist við er hún hafði þetta í fleymingi.

"Ekki bar mér það fyrir augu er þú segir frá Hrefna," segir Kjartan, "mundi Guðrún ekki þurfa að falda sér motri til þess að sama betur en allar konur aðrar."

Þá hætti Hrefna þessu tali.

Þeim Laugamönnum líkar illa og þótti þetta miklu meiri svívirðing og verri en þótt Kjartan hefði drepið mann eða tvo fyrir þeim. Voru þeir synir Ósvífurs óðastir á þetta mál en Bolli svafði heldur. Guðrún talaði hér fæst um en þó fundu menn það á orðum hennar að eigi væri víst hvort öðrum lægi í meira rúmi en henni. Gerist nú fullkominn fjandskapur milli Laugamanna og Hjarðhyltinga. Og er á leið veturinn fæddi Hrefna barn. Það var sveinn og var nefndur Ásgeir.

Þórarinn búandi í Tungu lýsir því að hann vildi selja Tunguland. Var það bæði að honum þurru lausafé enda þótti honum mjög vaxa þústur milli manna í héraðinu en honum var kært við hvoratveggju. Bolli þóttist þurfa að kaupa sér staðfestu því að Laugamenn höfðu fá lönd en fjölda fjár. Þau Bolli og Guðrún riðu í Tungu að ráði Ósvífurs. Þótti þeim í hönd falla að taka upp land þetta hjá sér sjálfum og bað Ósvífur þau eigi láta smátt slíta. Síðan réðu þau Þórarinn um kaup þetta og urðu ásátt hversu dýrt vera skyldi og svo það er í móti skyldi vera og var mælt til kaups með þeim Bolla. En því var kaupið eigi vottum bundið að eigi voru menn svo margir hjá að það þætti vera lögfullt. Ríða þau Bolli og Guðrún heim eftir þetta.

En er Kjartan Ólafsson spyr þessi tíðindi ríður hann þegar við tólfta mann og kom í Tungu snemma dags. Fagnar Þórarinn honum vel og bauð honum þar að vera. Kjartan kvaðst heim mundu ríða um kveldið en eiga þar dvöl nokkura. Þórarinn frétti að um erindi.

Kjartan svarar: "Það er erindi mitt hingað að ræða um landkaup það nokkuð er þér Bolli hafið stofnað því að mér er það í móti skapi ef þú selur land þetta þeim Bolla og Guðrúnu."

Þórarinn kvað sér vanhenta annað "því að verðið skal bæði ríflegt, það er Bolli hefir mér fyrir heitið landið, og gjaldast skjótt."

Kjartan mælti: "Ekki skal þig í skaða þó að Bolli kaupi eigi landið því að eg mun kaupa þvílíku verði og ekki mun þér duga mjög í móti að mæla því sem eg vil vera láta því að það mun á finnast að eg vil hér mestu ráða í héraði og gera þó meir eftir annarra manna skaplyndi en Laugamanna."

Þórarinn svarar: "Dýrt mun mér verða drottins orð um þetta mál. En það væri næst mínu skaplyndi að kaup þetta væri kyrrt sem við Bolli höfum stofnað."

Kjartan mælti: "Ekki kalla eg það landkaup er eigi er vottum bundið. Ger nú annaðhvort að þú handsala mér þegar landið að þvílíkum kostum sem þú hefir ásáttur orðið við aðra eða bú sjálfur á landi þínu ella."

Þórarinn kaus að selja honum landið. Voru nú þegar vottar að þessu kaupi. Kjartan reið heim eftir landkaupið. Þetta spurðist um alla Breiðafjarðardali. Hið sama kveld spurðist þetta til Lauga.

Þá mælti Guðrún: "Svo virðist mér Bolli sem Kjartan hafi þér gert tvo kosti nokkuru harðari en hann gerði Þórarni, að þú munt láta verða hérað þetta með litlum sóma eða sýna þig á einhverjum fundi ykkrum nokkuru óslæra en þú hefir fyrr verið."

Bolli svarar engu og gekk þegar af þessu tali. Og var nú kyrrt það er eftir var langaföstu.

Hinn þriðja dag páska reið Kjartan heiman við annan mann. Fylgdi honum Án svarti. Þeir koma í Tungu um daginn. Kjartan vill að Þórarinn ríði með honum vestur til Saurbæjar að játa þar skuldarstöðum því að Kjartan átti þar miklar fjárreiður. Þórarinn var riðinn á annan bæ. Kjartan dvaldist þar um hríð og beið hans.

117

Þann sama dag var þar komin Þórhalla málga. Hún spyr Kjartan hvert hann ætlaði að fara. Hann kvaðst fara skyldu vestur til Saurbæjar.

Hún spyr: "Hverja skaltu leið ríða?"

Kjartan svarar: "Eg mun ríða vestur Sælingsdal en vestan Svínadal."

Hún spurði hversu lengi hann mundi vera.

Kjartan svarar: "Það er líkast að eg ríði vestan fimmtadaginn."

"Muntu reka erindi mitt?" sagði Þórhalla. "Eg á frænda vestur fyrir Hvítadal í Saurbæ. Hann hefir heitið mér hálfri mörk vaðmáls. Vildi eg að þú heimtir og hefðir með þér vestan."

Kjartan hét þessu.

Síðan kemur Þórarinn heim og ræðst til ferðar með þeim. Ríða þeir vestur um Sælingsdalsheiði og koma um kveldið á Hól til þeirra systkina. Kjartan fær þar góðar viðtökur því að þar var hin mesta vingan.

Þórhalla málga kom heim til Lauga um kveldið. Spyrja synir Ósvífurs hvað hún hitti manna um daginn. Hún kvaðst hafa hitt Kjartan Ólafsson. Þeir spurðu hvert hann ætlaði. Hún sagði slíkt af sem hún vissi "og aldregi hefir hann verið vasklegri en nú og er það eigi kynlegt að slíkum mönnum þyki allt lágt hjá sér."

Og enn mælti Þórhalla: "Auðfynt þótti mér það á að Kjartani var ekki annað jafnlétt hjalað sem um landkaup þeirra Þórarins."

Guðrún mælti: "Vel má Kjartan því allt gera djarflega það er honum líkar því að það er reynt að hann tekur enga þá ósæmd til að neinn þori að skjóta skafti að móti honum."

Bæði var hjá tali þeirra Guðrúnar Bolli og synir Ósvífurs. Þeir

Óspakur svara fá og heldur til áleitni við Kjartan sem jafnan var vant. Bolli lét sem hann heyrði eigi sem jafnan er Kjartani var hallmælt því að hann var vanur að þegja eða mæla í móti.

48. kafli - Draumur Áns hrísmaga

Kjartan situr hinn fjórða dag páska á Hóli. Var þar hin mesta skemmtan og gleði. Um nóttina eftir lét Án illa í svefni og var hann vakinn. Þeir spurðu hvað hann hefði dreymt.

Hann svarar: "Kona kom að mér óþekkileg og kippti mér á stokk fram. Hún hafði í hendi skálm og hrís í annarri. Hún setti fyrir brjóst mér skálmina og reist á mér kviðinn allan og tók á brott innyflin og lét koma í staðinn hrís. Eftir það gekk hún út," segir Án.

Þeir Kjartan hlógu mjög að drauminum og kváðu hann heita skyldu Án hrísmaga. Þrifu þeir til hans og kváðust leita skyldu hvort hrís væri í maganum.

Þá mælti Auður: "Eigi þarf að spotta þetta svo mjög. Er það mitt tillag að Kjartan geri annaðhvort að hann dveljist hér lengur, en ef hann vill ríða þá ríði hann með meira lið héðan en hingað."

Kjartan mælti: "Vera kann að yður þyki Án hrísmagi mjög merkimáll þá er hann situr á tali við yður um dagana er yður þykir allt sem vitran sé það er hann dreymir. Og fara mun eg sem eg hefi áður ætlað fyrir þessum draum."

Kjartan býst snemma fimmtadag í páskaviku og Þorkell hvelpur og Knútur bróðir hans að ráði Auðar. Þeir riðu með Kjartani á leið alls tólf saman. Kjartan kemur fyrir Hvítadal og heimti vaðmál Þórhöllu málgu sem hann hét. Síðan reið hann suður Svínadal.

Það var tíðinda að Laugum í Sælingsdal að Guðrún var snemma á fótum þegar er sólu var ofrað. Hún gekk þangað til er bræður hennar sváfu. Hún tók á Óspaki. Hann vaknaði skjótt við og svo þeir fleiri bræður. Og er Óspakur kenndi þar systur sína þá spurði

119

hann hvað hún vildi er hún var svo snemma á fótum. Guðrún kvaðst vildu vita hvað þeir vildu að hafast um daginn. Óspakur kvaðst mundu kyrru fyrir halda "og er nú fátt til verknaðar."

Guðrún mælti: "Gott skaplyndi hefðuð þér fengið ef þér væruð dætur einshvers bónda og láta hvorki að yður verða gagn né mein en slíka svívirðing og skömm sem Kjartan hefir yður gert þá sofið þér eigi að minna að hann ríði hér hjá garði við annan mann og hafa slíkir menn mikið svínsminni. Þykir mér og rekin von að þér þorið Kjartan heim að sækja ef þér þorið eigi að finna hann nú er hann fer við annan mann eða þriðja en þér sitjið heima og látið vænlega og eruð æ helsti margir."

Óspakur kvað hana mikið af taka en vera illt til mótmæla og spratt hann upp þegar og klæddist og hver þeirra bræðra að öðrum. Síðan bjuggust þeir að sitja fyrir Kjartani. Þá bað Guðrún Bolla til ferðar með þeim. Bolli kvað sér eigi sama fyrir frændsemis sakir við Kjartan og tjáði hversu ástsamlega Ólafur hafði hann upp fæddan.

Guðrún svarar: "Satt segir þú það en eigi muntu bera giftu til að gera svo að öllum þyki vel og mun lokið okkrum samförum ef þú skerst undan förinni."

Og við fortölur Guðrúnar miklaði Bolli fyrir sér fjandskap allan á hendur Kjartani og sakir og vopnaðist síðan skjótt og urðu níu saman. Voru þeir fimm synir Ósvífurs: Óspakur og Helgi, Vandráður og Torráður, Þórólfur, Bolli hinn sétti, Guðlaugur hinn sjöundi, systurson Ósvífurs og manna vænlegastur. Þar var Oddur og Steinn, synir Þórhöllu málgu. Þeir riðu til Svínadals og námu staðar hjá gili því er Hafragil heitir, bundu þar hestana og settust niður. Bolli var hljóður um daginn og lá uppi hjá gilsþreminum.

En er þeir Kjartan voru komnir suður um Mjósyndi og rýmast tekur dalurinn mælti Kjartan að þeir Þorkell mundu snúa aftur. Þorkell kvaðst ríða mundu þar til er þrýtur dalinn.

Og þá er þeir komu suður um sel þau er Norðursel heita þá mælti Kjartan til þeirra bræðra að þeir skyldu eigi ríða lengra: "Skal eigi

Þórólfur þjófurinn að því hlæja að eg þori eigi að ríða leið mína fámennur."

Þorkell hvelpur svarar: "Það munum vér nú veita þér að ríða nú eigi lengra. En iðrast munum vér þess ef vér erum eigi við staddir ef þú þarft manna við í dag."

Þá mælti Kjartan: "Eigi mun Bolli frændi minn slá banaráðum við mig. En ef þeir Ósvífurssynir sitja fyrir mér þá er eigi reynt hvorir frá tíðindum eiga að segja þó að eg eigi við nokkurn liðsmun."

Síðan riðu þeir bræður vestur aftur.

49. kafli - Fall Kjartans

Nú ríður Kjartan suður eftir dalnum og þeir þrír saman, Án svarti og Þórarinn.

Þorkell hét maður er bjó að Hafratindum í Svínadal. Þar er nú auðn. Hann hafði farið til hrossa sinna um daginn og smalasveinn hans með honum. Þeir sáu hvoratveggju, Laugamenn í fyrirsátinni og þá Kjartan er þeir riðu eftir dalnum þrír saman. Þá mælti smalasveinn að þeir mundu snúa til móts við þá Kjartan, kvað þeim það mikið happ ef þeir mættu skirra vandræðum svo miklum sem þá var til stefnt.

Þorkell mælti: "Þegi skjótt," segir hann. "Mun fóli þinn nokkurum manni líf gefa ef bana verður auðið? Er það og satt að segja að eg spari hvoriga til að þeir eigi nú svo illt saman sem þeim líkar. Sýnist mér það betra ráð að við komum okkur þar að okkur sé við engu hætt en við megum sem gerst sjá fundinn og höfum gaman af leik þeirra því að það ágæta allir að Kjartan sé vígur hverjum manni betur. Vænti mig og að hann þurfi nú þess því að okkur er það kunnigt að ærinn er liðsmunur."

Og varð svo að vera sem Þorkell vildi.

Þeir Kjartan ríða fram að Hafragili.

En í annan stað gruna þeir Ósvífurssynir hví Bolli mun sér hafa þar
svo staðar leitað er hann mátti vel sjá þá er menn riðu vestan. Þeir
gera nú ráð sitt og þótti sem Bolli mundi þeim eigi vera trúr, ganga
að honum upp í brekkuna og brugðu á glímu og á glens og tóku í
fætur honum og drógu hann ofan fyrir brekkuna.

En þá Kjartan bar brátt að er þeir riðu hart og er þeir komu suður
yfir gilið þá sáu þeir fyrirsátina og kenndu mennina. Kjartan spratt
þegar af baki og sneri í móti þeim Ósvífurssonum. Þar stóð steinn
einn mikill. Þar bað Kjartan þá við taka. En áður þeir mættust skaut
Kjartan spjótinu og kom í skjöld Þórólfs fyrir ofan mundriðann og
bar að honum skjöldinn við. Spjótið gekk í gegnum skjöldinn og
handlegginn fyrir ofan olboga og tók þar í sundur aflvöðvann. Lét
Þórólfur þá lausan skjöldinn og var honum ónýt höndin um daginn.
Síðan brá Kjartan sverðinu og hafði eigi konungsnaut.
Þórhöllusynir runnu á Þórarin því að þeim var það hlutverk ætlað.
Var sá atgangur harður því að Þórarinn var rammur að afli. Þeir
voru og vel knáir. Mátti þar og varla í milli sjá hvorir þar mundu
drjúgari verða. Þá sóttu þeir Ósvífurssynir að Kjartani og
Guðlaugur. Voru þeir sex en þeir Kjartan og Án tveir. Án varðist
vel og vildi æ ganga fram fyrir Kjartan. Bolli stóð hjá með Fótbít.
Kjartan hjó stórt en sverðið dugði illa. Brá hann því jafnan undir
fót sér. Urðu þá hvorirtveggju sárir, Ósvífurssynir og Án, en
Kjartan var þá enn ekki sár. Kjartan barðist svo snart og hraustlega
að þeir Ósvífurssynir hopuðu undan og sneru þá þar að sem Án
var. Þá féll Án og hafði hann þó barist um hríð svo að úti lágu
iðrin. Í þessi svipan hjó Kjartan fót af Guðlaugi fyrir ofan kné og
var honum sá áverki ærinn til bana. Þá sækja þeir Ósvífurssynir
fjórir Kjartan og varðist hann svo hraustlega að hvergi fór hann á
hæl fyrir þeim.

Þá mælti Kjartan: "Bolli frændi, hví fórstu heiman ef þú vildir kyrr
standa hjá? Og er þér nú það vænst að veita öðrum hvorum og
reyna nú hversu Fótbítur dugi."

Bolli lét sem hann heyrði eigi.

122

Og er Óspakur sá að þeir mundu eigi bera af Kjartani þá eggjar hann Bolla á alla vega, kvað hann eigi mundu vilja vita þá skömm eftir sér að hafa heitið þeim vígsgangi og veita nú ekki "og var Kjartan oss þá þungur í skiptum er vér höfðum eigi jafnstórt til gert. Og ef Kjartan skal nú undan rekast þá mun þér Bolli svo sem oss skammt til afarkosta."

Þá brá Bolli Fótbít og snýr nú að Kjartani.

Þá mælti Kjartan til Bolla: "Víst ætlar þú nú frændi níðingsverk að gera en miklu þykir mér betra að þiggja banorð af þér frændi en veita þér það."

Síðan kastaði Kjartan vopnum og vildi þá eigi verja sig en þó var hann lítt sár en ákaflega vígmóður. Engi veitti Bolli svör máli Kjartans en þó veitti hann honum banasár. Bolli settist þegar undir herðar honum og andaðist Kjartan í knjám Bolla. Iðraðist Bolli þegar verksins og lýsti vígi á hendur sér. Bolli sendi þá Ósvífurssonu til héraðs en hann var eftir og Þórarinn hjá líkunum.

Og er þeir Ósvífurssynir komu til Lauga þá sögðu þeir tíðindin. Guðrún lét vel yfir og var þá bundið um höndina Þórólfs. Greri hún seint og varð honum aldregi meinlaus. Lík Kjartans var fært heim í Tungu. Síðan reið Bolli heim til Lauga. Guðrún gekk í móti honum og spurði hversu framorðið væri. Bolli kvað þá vera nær nóni dags þess.

Þá mælti Guðrún: "Misjöfn verða morgunverkin. Eg hefi spunnið tólf alna garn en þú hefir vegið Kjartan."

Bolli svarar: "Þó mætti mér það óhapp seint úr hug ganga þótt þú minntir mig ekki á það."

Guðrún mælti: "Ekki tel eg slíkt með óhöppum. Þótti mér sem þú hefðir meiri metorð þann vetur er Kjartan var í Noregi en nú er hann trað yður undir fótum þegar hann kom til Íslands. En eg tel það þó síðast er mér þykir mest vert að Hrefna mun eigi ganga hlæjandi að sænginni í kveld."

Þá segir Bolli og var mjög reiður: "Ósýnt þykir mér að hún fölni meir við þessi tíðindi en þú og það grunar mig að þú brygðir þér minnur við þó að vér lægjum eftir á vígvellinum en Kjartan segði frá tíðindum."

Guðrún fann þá að Bolli reiddist og mælti: "Haf ekki slíkt við því að eg kann þér mikla þökk fyrir verkið. Þykir mér nú það vitað að þú vilt ekki gera í móti skapi mínu."

Síðan gengu þeir Ósvífurssynir í jarðhús það er þeim var búið á laun en þeir Þórhöllusynir voru sendir út til Helgafells að segja Snorra goða þessi tíðindi og það með að þau báðu hann senda sér skjótan styrk til liðveislu á móti Ólafi og þeim mönnum er eftirmál áttu eftir Kjartan.

Það varð til tíðinda í Sælingsdalstungu þá nótt er vígið hafði orðið um daginn að Án settist upp er allir hugðu að dauður væri. Urðu þeir hræddir er vöktu yfir líkunum og þótti þetta undur mikið.

Þá mælti Án til þeirra: "Eg bið yður í guðs nafni að þér hræðist mig eigi því að eg hefi lifað og haft vit mitt allt til þeirrar stundar að rann á mig ómeginshöfgi. Þá dreymdi mig hin sama kona og fyrr og þótti mér hún nú taka hrísið úr maganum en lét koma innyflin í staðinn og varð mér gott við það skipti."

Síðan voru bundin sár þau er Án hafði og varð hann heill og var síðan kallaður Án hrísmagi.

En er Ólafur Höskuldsson spurði þessi tíðindi þá þótti honum mikið að um víg Kjartans en þó bar hann drengilega. Þeir synir hans vildu þegar fara að Bolla og drepa hann.

Ólafur segir: "Það skal fjarri fara. Er mér ekki sonur minn að bættri þó að Bolli sé drepinn. Og unni eg Kjartani um alla menn fram en eigi mátti eg vita mein Bolla. En sé eg yður maklegri sýslu. Farið þér til móts við Þórhöllusonu er þeir eru sendir til Helgafells að stefna liði að oss. Vel líkar mér þótt þér skapið þeim slíkt víti sem yður líkar."

Síðan snarast þeir til ferðar Ólafssynir og gengu á ferju er Ólafur átti. Voru þeir sjö saman, róa út eftir Hvammsfirði og sækja knálega ferðina. Þeir hafa veður lítið og hagstætt. Þeir róa undir seglinu þar til er þeir koma undir Skorrey og eiga þar dvöl nokkura og spyrjast þar fyrir um ferðir manna. Og litlu síðar sjá þeir skip róa vestan um fjörðinn. Kenndu þeir brátt mennina. Voru þar Þórhöllusynir. Leggja þeir Halldór þegar að þeim. Þar varð engi viðtaka því að þeir Ólafssynir hljópu þegar út á skipið að þeim. Urðu þeir Steinn handteknir og höggnir fyrir borð. Þeir Ólafssynir snúa aftur og þótti þeirra ferð allsköruleg vera.

50. kafli - Kjartan færður til kirkju

Ólafur fór í móti líki Kjartans. Hann sendi menn suður til Borgar að segja Þorsteini Egilssyni þessi tíðindi og það með að hann vildi hafa styrk af honum til eftirmáls. Ef stórmenni slægist í móti með Ósvífurssonum þá kvaðst hann allt vildu eiga undir sér. Slík orð sendi hann norður í Víðidal til Guðmundar mágs síns og þeirra Ásgeirssona og það með að hann hafði lýst vígi Kjartans á hendur öllum mönnum þeim er í tilför höfðu verið nema Óspaki Ósvífurssyni. Hann var áður sekur um konu þá er Aldís hét. Hún var dóttir Hólmgöngu-Ljóts af Ingjaldssandi. Þeirra son var Úlfur er síðan var stallari Haralds konungs Sigurðarsonar. Hann átti Jórunni Þorbergsdóttur. Þeirra son var Jón faðir Erlends hímalda, föður Eysteins erkibiskups.

Ólafur hafði lýst vígsökinni til Þórsnessþings.

Hann lét flytja heim lík Kjartans og tjalda yfir því að þá var engi kirkja ger í Dölum. En er Ólafur spurði að Þorsteinn hafði skjótt við brugðið og hafði tekið upp mikið fjölmenni og svo þeir Víðdælir þá lætur Ólafur safna mönnum fyrir um alla Dali. Var það mikið fjölmenni.

Síðan sendi Ólafur lið það allt til Lauga og mælti svo: "Það er minn vilji að þér verjið Bolla, ef hann þarf, eigi verr en þér fylgið mér því að nær er það minni ætlan að þeir þykist nokkuð eiga eftir sínum hlut að sjá við hann, utanhéraðsmennirnir, er nú munu brátt koma á hendur oss."

Og er þessu var skipað með þessum hætti þá komu þeir Þorsteinn og svo Víðdælir og voru þeir hinir óðustu. Eggjaði Hallur Guðmundarson mest og Kálfur Ásgeirsson að ganga skyldi að Bolla og leita Ósvífurssona þar til er þeir fyndust og sögðu að þeir mundu hvergi úr héraði farnir. En með því að Ólafur latti mjög að fara þá voru borin á milli sáttmál og var það auðsótt við Bolla því að hann bað Ólaf einn ráða fyrir sína hönd en Ósvífur sá engi sín efni að mæla í móti því að honum kom ekki lið frá Snorra. Var þá lagður sættarfundur í Ljárskógum. Komu mál öll óskoruð undir Ólaf. Skyldi koma fyrir víg Kjartans svo sem Ólafi líkaði, fé og mannsektir. Síðan var slitið sættarfundi. Eigi kom Bolli til sættarfundarins og réð Ólafur því. Gerðum skyldi upp lúka á Þórsnessþingi.

Nú riðu þeir Mýramenn og Víðdælir í Hjarðarholt. Þorsteinn Kuggason bauð Ásgeiri syni Kjartans til fósturs til hugganar við Hrefnu. En Hrefna fór norður með bræðrum sínum og var mjög harmþrungin. En þó bar hún sig kurteislega því að hún var við hvern mann létt í máli. Engan tók Hrefna mann eftir Kjartan. Hún lifði litla hríð síðan er hún kom norður og er það sögn manna að hún hafi sprungið af stríði.

51. kafli - Kjartan grafinn

Lík Kjartans stóð uppi viku í Hjarðarholti. Þorsteinn Egilsson hafði gera látið kirkju að Borg. Hann flutti lík Kjartans heim með sér og var Kjartan að Borg grafinn. Þá var kirkja nývígð og í hvítavoðum. Síðan leið til Þórsnessþings. Voru þá mál til búin á hendur þeim Ósvífurssonum og urðu þeir allir sekir. Var gefið fé til að þeir skyldu vera ferjandi en eiga eigi útkvæmt meðan nokkur Ólafssona væri á dögum eða Ásgeir Kjartansson. En Guðlaugur systurson Ósvífurs skyldi vera ógildur fyrir tilför og fyrirsát við Kjartan og öngvar skyldi Þórólfur sæmdir hafa fyrir áverka þá er hann hafði fengið. Eigi vildi Ólafur láta sækja Bolla og bað hann koma fé fyrir sig. Þetta líkaði þeim Halldóri og Steinþóri stórilla og svo öllum sonum Ólafs og kváðu þungt mundu veita ef Bolli skyldi sitja samhéraðs við þá. Ólafur kvað hlýða mundu meðan hann væri á fótum.

Skip stóð uppi í Bjarnarhöfn er átti Auðun festargarmur.

Hann var á þinginu og mælti: "Það er til kostar að þessa manna sekt mun eigi minni í Noregi ef vinir Kjartans lifa."

Þá segir Ósvífur: "Þú Festarhundur munt verða eigi sannspár því að synir mínir munu vera virðir mikils af tignum mönnum en þú Festargarmur munt fara í tröllhendur í sumar."

Auðun festargarmur fór utan það sumar og braut skipið við Færeyjar. Þar týndist hvert mannsbarn af skipinu. Þótti það mjög hafa á hrinið er Ósvífur hafði spáð.

Ósvífurssynir fóru utan það sumar og kom engi þeirra út síðan. Lauk þar eftirmáli að Ólafur þótti hafa vaxið af því að hann lét þar með beini ganga er maklegast var, þar er þeir voru Ósvífurssynir, en hlífði Bolla fyrir frændsemis sakir. Ólafur þakkaði mönnum vel liðveislu. Bolli hafði landkaup í Tungu að ráði Ólafs.

Það er sagt að Ólafur lifði þrjá vetur síðan Kjartan var veginn. En síðan er hann var allur skiptu þeir synir hans arfi eftir hann. Tók Halldór bústað í Hjarðarholti. Þorgerður móðir þeirra var með Halldóri. Hún var mjög heiftarfengin til Bolla og þótti sár fósturlaunin hans og ómaklega á koma.

52. kafli

Þau Bolli og Guðrún settu bú saman um vorið í Sælingsdalstungu og varð það brátt reisulegt. Þau Bolli og Guðrún gátu son. Þeim sveini var nafn gefið og kallaður Þorleikur. Hann var vænn sveinn snemma og vel fljótlegur. Halldór Ólafsson bjó í Hjarðarholti sem fyrr var ritað. Hann var mjög fyrir þeim bræðrum.

Það vor að Kjartan var veginn tók Þorgerður Egilsdóttir vist frændsveini sínum með Þorkatli að Hafratindum. Sveinninn gætti þar fjár um sumarið. Honum var Kjartan mjög harmdauði sem öðrum. Hann mátti aldrei tala til Kjartans svo að Þorkell væri hjá því að hann mælti jafnan illa til hans og kvað hann verið hafa hvítan mann og huglausan og hermdi hann oft eftir hvernig hann hafði við orðið áverkann. Sveininum varð að þessu illa getið og fer í Hjarðarholt og segir til Halldóri og Þorgerði og bað þau viðtöku. Þorgerður bað hann vera í vist sinni til vetrar.

Sveinninn kvaðst eigi hafa þrótt til að vera þar lengur "og mundir þú mig eigi biðja þessa ef þú vissir hversu mikla raun eg hefi af þessu."

Þá gekkst Þorgerði hugur við harmtölur hans og kvaðst mundu láta honum uppi vist fyrir sína hönd.

Halldór segir: "Gef ekki gaum sveini þessum því að hann er ómerkur."

Þá svarar Þorgerður: "Lítils er sveinn verður," segir hún, "en Þorkatli hefir alls kostar illa farið þetta mál því að hann vissi fyrirsát Laugamanna fyrir Kjartani og vildi eigi segja honum en gerði sér af gaman og skemmtan af viðskiptum þeirra en hefir síðan lagt til mörg óvingjarnleg orð. Mun yður fjarri fara bræðrum að þér munuð þar til hefnda leita sem ofurefli er fyrir er þér getið eigi launað sín tillög slíkum mannfýlum sem Þorkell er."

Halldór svarar fá hér um en bað Þorgerði ráða vist sveins. Fám dögum síðar ríður Halldór heiman og þeir nokkurir menn saman. Hann fer til Hafratinda og tók hús á Þorkatli. Var Þorkell leiddur út og drepinn og varð hann ódrengilega við sitt líflát. Engu lét Halldór ræna og fór heim við svo búið. Vel lét Þorgerður yfir þessu verki og þótti minning sjá betri en engi.

Þetta sumar var kyrrt að kalla og var þó hið fæsta með þeim Bolla og Ólafssonum. Létu þeir bræður hið ólinlegsta við Bolla en hann vægði í öllu fyrir þeim frændum, þess er hann minnkaði sig í engu því að hann var hinn mesti kappsmaður. Bolli hafði fjölmennt og hélt sig ríkmannlega því að eigi skorti fé.

Steinþór Ólafsson bjó á Dönustöðum í Laxárdal. Hann átti Þuríði Ásgeirsdóttur er átt hafði Þorkell kuggi. Þeirra son hét Steinþór er kallaður var Gróslappi.

53. kafli - Af Þorgerði Egilsdóttur

Hinn næsta vetur eftir andlát Ólafs Höskuldssonar þá sendir Þorgerður Egilsdóttir orð Steinþóri syni sínum að áliðnum vetri að hann skyldi koma á fund hennar. Og er þau mæðgin hittast segir hún honum skil á að hún vill fara heiman og vestur til Saurbæjar að hitta Auði vinkonu sína. Hún segir Halldóri að hann skal fara. Þau voru fimm saman. Halldór fylgdi móður sinni, fara nú til þess er þau koma fyrir bæinn í Sælingsdalstungu.

Þá sneri Þorgerður hestinum upp að bænum og spurði: "Hvað heitir bær sjá?"

Halldór svarar: "Þess spyr þú eigi af því móðir að eigi vitir þú áður. Sjá bær heitir í Tungu."

"Hver býr hér?" segir hún.

Hann svarar: "Veistu það móðir."

Þá sagði Þorgerður og blés við: "Veit eg að vísu," segir hún, "að hér býr Bolli bróðurbani yðvar og furðu ólíkir urðuð þér yðrum frændum göfgum er þér viljið eigi hefna þvílíks bróður sem Kjartan var og eigi mundi svo gera Egill móðurfaðir yðvar og er illt að eiga dáðlausa sonu. Og víst ætla eg yður til þess betur fellda að þér væruð dætur föður yðvars og væruð giftar. Kemur hér að því Halldór sem mælt er að einn er auðkvisi ættar hverrar og sú er mér auðsæst ógifta Ólafs að honum glaptist svo mjög sonaeignin. Kveð eg þig af því að þessu Halldór," segir hún, "að þú þykist mest fyrir yður bræðrum. Nú munum vér aftur snúa og var þetta erindið mest að minna yður á þetta ef þér mynduð eigi áður."

Þá svarar Halldór: "Ekki munum vér þér það kenna móðir þótt oss líði úr hug þetta."

Halldór svarar hér fá um og þó þrútnaði honum mjög móður til Bolla.

Líður nú vetur sjá og er sumar kemur þá líður framan til þings. Halldór lýsir þingreið sinni og þeir bræður hans. Ríða þeir með mikinn flokk og tjalda búð þá er Ólafur hafði átt. Var þingið kyrrt og tíðindalaust. Þeir voru á þingi norðan Víðdælir, synir Guðmundar Sölmundarsonar. Barði Guðmundarson var þá átján vetra gamall. Hann var mikill maður og sterkur. Ólafssynir bjóða Barða frænda sínum heim með sér og leggja til þess mörg orð. Hallur Guðmundarson var þá eigi hér á landi. Barði tók þessu vel því að ástúðigt var með þeim frændum. Ríður nú Barði vestur af þingi með þeim Ólafssonum. Koma þeir heim í Hjarðarholt og er Barði þar um sumarið það sem eftir var.

54. kafli - Af Halldóri og Barða

Nú segir Halldór Barða í hljóði að þeir bræður ætla að fara að Bolla og sögðust eigi lengur þola frýju móður sinnar: "Er ekki því að leyna Barði frændi að mjög var undir heimboði við þig að vér vildum hér til hafa þitt liðsinni og brautargengi."

Þá svarar Barði: "Illa mun það fyrir mælast að ganga á sættir við frændur sína en í annan stað sýnist mér Bolli torsóttlegur. Hann hefir margt manna um sig en er sjálfur hinn mesti garpur. Þar skortir og eigi viturlegar ráðagerðir er þau eru Guðrún og Ósvífur. Þykir mér við þetta allt saman óauðsóttlegt."

Halldór segir: "Hins munum vér þurfa að torvelda ekki þetta mál fyrir oss. Hefi eg og þetta eigi fyrri upp kveðið en það mun framgengt verða að vér munum til leita hefndanna við Bolla. Vænti eg og frændi að þú skerist eigi undan ferð þessi með oss."

Barði svarar: "Veit eg að þér mun ósannlegt þykja að eg víkist undan. Mun eg það og eigi gera ef eg sé að eg fæ eigi latt."

"Þá hefir þú vel af máli," segir Halldór, "sem von var að."

Barði sagði að þeir mundu verða ráðum að að fara.

Halldór kvaðst spurt hafa að Bolli hafði sent heiman menn sína, suma norður til Hrútafjarðar til skips en suma út á Strönd: "Það er mér og sagt að Bolli sé að seli í Sælingsdal og sé þar ekki fleira manna en húskarlar þeir er þar vinna heyverk. Sýnist mér svo sem eigi muni í annað sinn sýnna að leita til fundar við Bolla en nú."

Og þetta staðfesta þeir með sér, Halldór og Barði.

Maður hét Þorsteinn svarti. Hann bjó í Hundadal í Breiðafjarðardölum, vitur maður og auðigur. Hann hafði verið langan tíma vinur Ólafs pá. Systir Þorsteins hét Solveig. Hún var gift þeim manni er Helgi hét og var Harðbeinsson. Helgi var mikill maður og sterkur og farmaður mikill. Hann var nýkominn þá út og var á vist með Þorsteini mági sínum. Halldór sendir orð Þorsteini svarta og Helga mági hans. En er þeir komu í Hjarðarholt segir Halldór þeim ætlan sína og ráðagerð og bað þá til ferðar með sér. Þorsteinn lét illa yfir þessi ætlan: "Er það hinn mesti geigur að þér frændur skuluð drepast niður á leið fram. Eru nú fáir slíkir menn í yðvarri ætt sem Bolli er."

En þó að Þorsteinn mælti slíkt þá kom fyrir ekki.

Halldór sendir orð Lamba föðurbróður sínum og er hann kom á fund Halldórs þá sagði hann honum ætlan sína. Lambi fýsti mjög að þetta skyldi fram ganga. Þorgerður húsfreyja var og mikill hvatamaður að þessi ferð skyldi takast, kvaðst aldrei hefnt þykja

131

Kjartans nema Bolli kæmi fyrir.

Eftir þetta búast þeir til ferðar. Í þessi ferð voru þeir Ólafssynir fjórir, hinn fimmti var Barði, þessir voru Ólafssynir: Halldór og Steinþór, Helgi og Höskuldur, en Barði var son Guðmundar, sétti Lambi, sjöundi Þorsteinn, átti Helgi mágur hans, níundi Án hrísmagi. Þorgerður réðst og til ferðar með þeim. Heldur löttu þeir þess og kváðu slíkt ekki kvennaferðir. Hún kvaðst að vísu fara skyldu "því að eg veit gerst um yður sonu mína að þurfið þér brýningina."

Þeir segja hana ráða mundu.

55. kafli - Af heimanferð

Eftir það ríða þeir heiman úr Hjarðarholti níu saman. Þorgerður var hin tíunda. Þau ríða inn eftir fjörum og svo til Ljárskóga. Það var öndverða nótt, létta ei fyrr en þau koma í Sælingsdal þá er nokkuð var morgnað. Skógur þykkur var í dalnum í þann tíð. Bolli var þar í seli sem Halldór hafði spurt. Selin stóðu við ána þar sem nú heita Bollatóftir. Holt mikið gengur fyrir ofan selið og ofan að Stakkagili. Milli hlíðarinnar og holtsins er engi mikið er í Barmi heitir. Þar unnu húskarlar Bolla. Þeir Halldór og hans förunautar riðu að Öxnagróf, yfir Ránarvöllu og svo fyrir ofan Hamarengi. Það er gegnt selinu. Þeir vissu að margt manna var að selinu, stíga af baki og ætluðu að bíða þess er menn færu frá selinu til verks.

Smalamaður Bolla fór að fé snemma um morguninn uppi í hlíðinni. Hann sá mennina í skóginum og svo hrossin er bundin voru. Hann grunar að þetta muni eigi vera friðmenn er svo leynilega fóru. Hann stefnir þegar heim hið gegnsta til selsins og ætlar að segja Bolla komu manna. Halldór var skyggn maður. Hann sér að maðurinn hleypur ofan úr hlíðinni og stefndi til selsins. Hann segir förunautum sínum að það mun vera smalamaður Bolla "og mun hafa séð ferð vora. Skulum vér nú gera í móti honum og láta hann engri njósn koma til selsins."

Þeir gerðu sem hann mælti fyrir. Án hrísmagi varð þeirra skjótastur

132

og getur farið sveininn, tekur hann upp og keyrir niður. Það fall varð þá leið að hryggurinn brotnaði í sundur í sveininum. Síðan riðu þeir að selinu. Selin voru tvö, svefnsel og búr. Bolli hafði verið snemma á fótum um morguninn og skipað til vinnu en lagist þá til svefns er húskarlar fóru í brott.

Þau voru tvö í selinu, Bolli og Guðrún. Þau vöknuðu við dyninn er þeir hlupu af baki. Heyrðu þau og er þeir ræddu um hver fyrstur skyldi inn ganga í selið að Bolla. Bolli kenndi mál Halldórs og fleiri þeirra förunauta. Bolli mælti við Guðrúnu og bað hana ganga úr selinu í brott og segir að sá einn mundi fundur þeirra verða er henni mundi ekki gaman að verða. Guðrún kvaðst hyggja að þau ein tíðindi mundu þar verða að hún mundi sjá mega og kvað Bolla ekki mundu mein að sér þótt hún væri nær honum stödd. Bolli kvaðst þessu ráða vilja og svo var að Guðrún gekk út úr selinu. Hún gekk ofan fyrir brekkuna til lækjar þess er þar féll og tók að þvo léreft sín.

Bolli var nú einn í selinu. Hann tók vopn sín, setti hjálm á höfuð sér og hafði skjöld fyrir sér en sverðið Fótbít í hendi. Enga hafði hann brynju. Þeir Halldór ræða nú um með sér hversu að skal orka því að engi var fús að ganga inn í selið.

Þá mælti Án hrísmagi: "Eru þeir menn hér í ferð er Kjartani eru skyldri að frændsemi en eg en engi mun sá að minnisamara muni vera um þann atburð er Kjartan lést en mér. Var mér það þá í hug að eg var heim færður í Tungu ódauður að einu, en Kjartan var veginn, að eg mundi feginn vinna Bolla mein ef eg kæmist í færi. Mun eg fyrstur inn ganga í selið."

Þá svarar Þorsteinn svarti: "Hreystimannlega er slíkt mælt en þó er ráðlegra að rasa eigi fyrir ráð fram og fari menn nú varlega því að Bolli mun eigi kyrr fyrir standa er að honum er sótt. Nú þótt hann sé fáliður fyrir þá munuð þér þar von eiga snarprar varnar því að Bolli er bæði sterkur og vígfimur. Hefir hann og sverð það er öruggt er til vopns."

Síðan gengur Án inn í selið hart og skjótt og hafði skjöldinn yfir höfði sér og sneri fram hinu mjórra. Bolli hjó til hans með Fótbít og af skjaldarsporðinn og þar með klauf hann Án í herðar niður. Fékk hann þegar bana sem von var. Síðan gekk Lambi inn. Hann hafði hlíf fyrir sér en sverð brugðið í hendi. Í því bili kippti Bolli Fótbít úr sárinu og bar þá af honum skjöldinn. Þá lagði Lambi í lær Bolla og varð það mikið sár. Bolli hjó í móti á öxl Lamba og renndi sverðið ofan með síðunni. Hann varð þegar óvígur og aldrei síðan varð honum höndin meinlaus meðan hann lifði. Í þessari svipan gekk inn Helgi Harðbeinsson og hafði í hendi spjót það er alnar var löng fjöðrin og járni vafið skaftið. En er Bolli sér það þá kastar hann sverðinu en tók skjöldinn tveim höndum og gekk fram að selsdyrunum í móti Helga. Helgi lagði til Bolla með spjótinu í gegnum skjöldinn og sjálfan hann. Bolli hallaðist upp að selsvegginum. Nú þustu menn inn í selið, Halldór og bræður hans. Þorgerður gekk og inn í selið.

Þá mælti Bolli: "Það er nú ráð bræður að ganga nær en hér til," kvaðst þess vænta að þá mundi skömm vörn.

Þorgerður svarar máli hans og sagði eigi spara þurfa að vinna ógrunsamlega að við Bolla, bað þá ganga milli bols og höfuðs. Bolli stóð þá enn upp við selsvegginn og hélt að sér kyrtlinum að eigi hlypu út iðrin. Þá hljóp Steinþór Ólafsson að Bolla og hjó til hans með öxi á hálsinn við herðarnar og gekk þegar af höfuðið. Þorgerður bað hann heilan njóta handa, kvað nú Guðrúnu mundu eiga að búa um rauða skör Bolla um hríð.

Eftir þetta ganga þeir út úr selinu.

Guðrún gengur þá neðan frá læknum og til tals við þá Halldór og spurði hvað til tíðinda hafði gerst í skiptum þeirra Bolla.

Þeir segja slíkt sem í hafði gerst.

Guðrún var í námkyrtli og við vefjarupphlutur þröngur en sveigur mikill á höfði. Hún hafði hnýtt um sig blæju og voru í mörk blá og tröf fyrir enda. Helgi Harðbeinsson gekk að Guðrúnu og tók blæjuendann og þerrði blóð af spjótinu því hinu sama er hann lagði

Bolla í gegnum með.

Guðrún leit til hans og brosti við.

Þá mælti Halldór: "Þetta er illmannlega gert og grimmlega."

Helgi bað hann eigi það harma "því að eg hygg það," segir hann, "að undir þessu blæjuhorni búi minn höfuðsbani."

Síðan tóku þeir hesta sína og riðu í brott. Guðrún gekk á veg með þeim og talaði við þá um hríð. Síðan hvarf hún aftur.

56. kafli - Af mönnum Halldórs

Það ræddu þeir förunautar Halldórs að Guðrúnu þætti lítið dráp Bolla er hún slóst á leiðiorð við þá og átti allt tal við þá svo sem þeir hefðu ekki að gert það er henni væri í móti skapi.

Þá svarar Halldór: "Ekki er það mín ætlan að Guðrúnu þyki lítið lát Bolla. Hygg eg að henni gengi það meir til leiðiorðs við oss að hún vildi vita sem gerst hverjir menn hefðu verið í þessi ferð. Er það og ekki ofmæli að Guðrún er mjög fyrir öðrum konum um allan skörungskap. Það er og eftir vonum að Guðrúnu þyki mikið lát Bolla því að það er satt að segja að eftir slíka menn er mestur skaði sem Bolli var þó að vér frændur bærum eigi giftu til samþykkis."

Eftir þetta ríða þeir heim í Hjarðarholt.

Þessi tíðindi spyrjast brátt víða og þóttu mikil. Var Bolli hið mesta harmdauði. Guðrún sendi þegar menn á fund Snorra goða því að þar þóttust þau Ósvífur eiga allt traust er Snorri var. Snorri brá við skjótt orðsending Guðrúnar og kom í Tungu við sex tigi manna. Guðrún varð fegin komu hans. Hann bauðst að leita um sættir en Guðrúnu var lítið um það að játa því fyrir hönd Þorleiks að taka fé fyrir víg Bolla.

"Þykir mér þú Snorri það liðsinni mér mest veita," segir Guðrún, "að þú skiptir bústöðum við mig svo að eg sitji eigi samtýnis við þá Hjarðhyltinga."

Í þenna tíma átti Snorri deilur miklar við þá Eyrbyggja. Snorri kvaðst þetta mundu gera fyrir vinfengis sakir við Guðrúnu "en þó muntu Guðrún þessi misseri verða að búa í Tungu."

Býst nú Snorri í brott og gaf Guðrún honum virðulegar gjafir. Ríður nú Snorri heim og var kyrrt að kalla þau misseri.

Hinn næsta vetur eftir víg Bolla fæddi Guðrún barn. Það var sveinn. Sá var Bolli nefndur. Hann var snemma mikill og vænn. Guðrún unni honum mikið. Og er vetur sá líður af og vor kom þá fer fram kaup það sem rætt hafði verið að þau mundu kaupa um lönd, Snorri og Guðrún. Réðst Snorri í Tungu og bjó þar meðan hann lifði. Guðrún fer til Helgafells og þau Ósvífur og setja þar bú saman risulegt. Vaxa þar upp synir Guðrúnar, Þorleikur og Bolli. Þorleikur var þá fjögurra vetra gamall er Bolli var veginn faðir hans.

57. kafli - Af Þorgilsi

Maður hét Þorgils og var Hölluson. En því var hann kenndur við móður sína að hún lifði lengur en faðir hans. Hann hét Snorri og var son Álfs úr Dölum. Halla móðir Þorgils var dóttir Gests Oddleifssonar. Þorgils bjó í Hörðadal á þeim bæ er í Tungu heitir. Þorgils var mikill maður og vænn og hinn mesti ofláti. Engi var hann kallaður jafnaðarmaður. Oft var heldur fátt með þeim Snorra goða. Þótti Snorra Þorgils hlutgjarn og áburðarmikill. Þorgils gaf sér margt til erinda út í sveitina. Hann kom jafnan til Helgafells og bauð sig til umsýslu með Guðrúnu. Hún tók á því vel aðeins og lítið af öllu. Þorgils bauð heim Þorleiki syni hennar og var hann löngum í Tungu og nam lög að Þorgísli því að hann var lögkænn maður.

Í þenna tíma var í förum Þorkell Eyjólfsson. Hann var frægur maður og kynstór og var hann mikill vin Snorra goða. Hann var og jafnan með Þorsteini Kuggasyni frænda sínum þá er hann var út hér.

Og eitt sinn er Þorkell átti skip uppi standanda í Vaðli á Barðaströnd þá varð atburður sá í Borgarfirði að son Eiðs úr Ási var veginn af sonum Helgu frá Kroppi. Hét sá Grímur er vegið hafði en bróðir hans Njáll. Hann drukknaði í Hvítá litlu síðar. En Grímur varð sekur skógarmaður um vígið og lá hann úti á fjöllum er hann var í sektinni. Hann var mikill maður og sterkur. Eiður var þá mjög gamlaður er þetta var tíðinda. Varð af því að þessu ger engi reki. Mjög lögðu menn til orðs Þorkatli Eyjólfssyni er hann rak eigi þessa réttar.

Um vorið eftir þá er Þorkell hafði búið skip sitt fer hann suður um Breiðafjörð og fær sér þar hest og ríður einn saman og léttir eigi ferðinni fyrr en hann kemur í Ás til Eiðs frænda síns. Eiður tók við honum feginsamlega. Þorkell segir honum sitt erindi að hann vill leita til fundar við Grím, skógarmann hans, spyr þá Eið ef hann vissi nokkuð til hvar bæli hans mundi vera.

Eiður svarar: "Ekki er eg þess fús. Þykir mér þú miklu til hætta hversu ferðin tekst en að eiga við heljarmann slíkan sem Grímur er. Ef þú vilt fara þá far þú við marga menn svo að þú eigir allt undir þér."

"Það þykir mér engi frami," segir Þorkell, "að draga fjölmenni að einum manni en það vildi eg að þú léðir mér sverðið Sköfnung og vænti eg þá að eg skuli bera af einhleypingi einum þótt hann sé vel að sér búinn."

"Þú munt þessu ráða," segir Eiður, "en ekki kemur mér það á óvart þótt þú iðrist eitthvert sinn þessa einræðis. En með því að þú þykist þetta gera fyrir mínar sakir þá skal þér eigi þessa varna er þú beiðir því að eg ætla Sköfnung vel niður kominn þótt þú berir hann. En sú er náttúra sverðsins að eigi skal sól skína á hjöltin og honum skal eigi bregða svo að konur séu hjá. Ef maður fær sár af sverðinu þá má það sár eigi græða nema lyfsteinn sá sé riðinn við er þar fylgir."

Þorkell kvaðst þessa ætla vandlega að gæta og tekur við sverðinu en bað Eið vísa sér leið þangað sem Grímur ætti bæli. Eiður kvaðst það helst ætla að Grímur ætti bæli norður á Tvídægru við Fiskivötn.

Síðan ríður Þorkell norður á heiðina þá leið er Eiður vísaði honum og er hann sótti á heiðina mjög langt sér hann hjá vatni einu miklu skála og sækir þangað til.

58. kafli - Af Þorkeli og Grími

Nú kemur Þorkell til skálans og sér hann þá hvar maður situr við vatnið við einn lækjarós og dró fiska. Sá hafði feld á höfði. Þorkell stígur af baki og bindur hestinn undir skálavegginum. Síðan gengur hann fram að vatninu þar sem maðurinn sat. Grímur sá skuggann mannsins er bar á vatnið og sprettur hann upp skjótt. Þorkell er þá kominn mjög svo að honum og leggur til hans og kom á höndina fyrir ofan úlflið og var það ekki mikið sár. Grímur rann þegar á Þorkel og takast þeir fangbrögðum. Kenndi þar brátt aflsmunar og féll Þorkell og Grímur á hann ofan. Þá spurði Grímur hver þessi maður væri. Þorkell kvað hann engu skipta.

Grímur mælti: "Nú hefir öðruvís orðið en þú mundir ætlað hafa því að nú mun þitt líf vera á mínu valdi."

Þorkell kvaðst ekki mundu sér friðar biðja "því að mér hefir ógiftulega tekist."

Grímur sagði ærin sín óhöpp þótt þetta liði undan: "Mun þér annarra forlaga auðið verða en deyja á okkrum fundi og vil eg þér líf gefa en þú launa því sem þú vilt."

Standa þeir nú upp báðir og ganga heim til skálans. Þorkell sér að Grím mæðir blóðrás, tekur þá Sköfnungsstein og ríður og bindur við hönd Gríms og tók þegar allan sviða og þrota úr sárinu.

Þeir voru þar um nóttina. Um morguninn býst Þorkell í brott og spyr ef Grímur vilji fara með honum. Hann kveðst það að vísu vilja. Þorkell snýr þegar vestur og kemur ekki á fund Eiðs, léttir ekki fyrr en hann kemur í Sælingsdalstungu. Snorri goði fagnar honum með mikilli blíðu. Þorkell sagði honum að ferð sjá hafði illa tekist.

Snorri kvað hafa vel orðið. "Líst mér giftusamlega á Grím. Vil eg og," segir hann, "að þú leysir hann vel af hendi. Væri það nú mitt ráð vinur að þú létir af ferðum og fengir þér staðfestu og ráðakost og gerist höfðingi sem þú átt kyn til."

Þorkell svarar: "Oft hafa mér vel gefist yður ráð" og spurði ef hann hefði um hugsað hverrar konu hann skyldi biðja.

Snorri svarar: "Þeirrar skaltu konu biðja er bestur kostur er en það er Guðrún Ósvífursdóttir."

Þorkell kvað það satt vera að ráðahagurinn var virðulegur "en mikið þykir mér á liggja ofstæki hennar," segir hann, "og stórræði. Hún mun vilja hefna láta Bolla bónda síns. Þar þykist í ráðum vera með henni Þorgils Hölluson og má vera að honum sé eigi allur getnaður að þessu. En vel er mér Guðrún að skapi."

Snorri mælti: "Eg mun í því bindast að þér mun ekki mein verða að Þorgísli en meiri von þykir mér að nokkur umskipti séu orðin um hefndina Bolla áður þessi misseri séu liðin."

Þorkell svarar: "Vera kann að þetta séu eigi tóm orð er þú talar nú. En um hefnd Bolla sé eg ekki líklegra nú en fyrir stundu nema þar snarist nokkurir hinir stærri menn í bragð."

Snorri mælti: "Vel líkar mér að þú farir enn utan í sumar. Sjáum þá hvað við ber."

Þorkell kvað svo vera skyldu og skiljast þeir við svo búið. Fór Þorkell vestur yfir Breiðafjörð og til skips. Hann flutti Grím utan með sér. Þeim byrjaði vel um sumarið og tóku Noreg sunnarla.

Þá mælti Þorkell til Gríms: "Kunnigur er þér málavöxtur og atburðir um félagsskap okkarn. Þarf það ekki að tjá. En gjarna vildi eg að hann seldist með minnum vandræðum út en á horfðist um hríð. En að hraustum manni hefi eg þig reynt og fyrir það vil eg þig svo af höndum leysa sem eg hafi aldrei þungan hug á þér haft.

139

Kaupeyri mun eg þér fá svo mikinn að þú megir ganga í hraustra manna lög. En þú nem ekki staðar norður hér í landi því að frændur Eiðs eru margir í kaupförum þeir er þungan hug hafa á þér."

Grímur þakkaði honum þessi orð og kvaðst eigi beiða mundu kunna jafn framarla sem hann bauð. Að skilnaði gaf hann Grími góðan kaupeyri. Töluðu það margir að þetta væri gert allstórmannlega. Síðan fór Grímur í Vík austur og staðfestist þar. Hann þótti mikill maður fyrir sér og endast þar frá Grími að segja.

Þorkell var í Noregi um veturinn og þótti vera mikils háttar maður. Hann var stórauðigur að fé og hinn mesti ákafamaður. Nú verður þar frá að hverfa um stund en taka til út á Íslandi og heyra hvað þar gerist til tíðinda meðan Þorkell er utan.

59. kafli - Af Guðrúnu

Guðrún Ósvífursdóttir fór heiman það sumar að tvímánuði og inn í Dali. Hún reið í Þykkvaskóg. Þorleikur var þá ýmist í Þykkvaskógi með þeim Ármóðssonum, Halldóri og Örnólfi, stundum var hann í Tungu með Þorgísli. Sömu nótt sendi Guðrún mann Snorra goða að hún vill finna hann þegar um daginn eftir. Snorri brá skjótt við og reið þegar við annan mann þar til að hann kom til Haukadalsár. Hamar stendur fyrir norðan ána er Höfði heitir. Það er í Lækjarskógslandi. Í þeim stað hafði Guðrún á kveðið að þau Snorri skyldu finnast. Þau komu þar mjög jafnsnemma. Fylgdi og einn maður Guðrúnu. Var það Bolli Bollason. Hann var þá tólf vetra gamall en fullkominn var hann að afli og hyggju svo að þeir voru margir er eigi biðu meira þroska þó að alrosknir væru. Hann bar þá og Fótbít.

Þau Snorri og Guðrún tóku þegar tal en Bolli og förunautur Snorra sátu á hamrinum og hugðu að mannaferðum um héraðið. Og er þau Snorri og Guðrún höfðu spurst tíðinda þá frétti Snorri að erindum, hvað þá hefði nýlega við borið er hún sendi svo skyndilega orð.

Guðrún mælti: "Það er satt að mér er þessi atburður spánnýr er eg mun nú upp bera en þó varð hann fyrir tólf vetrum því að um hefndina Bolla mun eg nokkuð ræða. Má þér það og ekki að óvörum koma því að eg hefi þig á minnt stundum. Mun eg það og fram bera að þú hefir þar til heitið mér nokkurum styrk ef eg biði með þolinmæði. En nú þykir mér rekin von að þú munir gaum að gefa voru máli. Nú hefi eg beðið þá stund er eg fæ mér skap til en þó vildi eg hafa heil ráð af yður hvar hefnd þessi skal niður koma."

Snorri spurði hvar hún hefði helst ætlað.

Guðrún mælti: "Það er minn vilji að þeir haldi eigi allir heilu Ólafssynir."

Snorri kvaðst það banna mundu að fara á hendur þeim mönnum er mest voru virðir í héraði "en náfrændur þeirra er nær munu ganga hefndunum og er allt mál að ættvíg þessi takist af."

Guðrún mælti: "Þá skal fara að Lamba og drepa hann. Er þá af einn sá er illfúsastur er."

Snorri svarar: "Er sök við Lamba þótt hann væri drepinn en eigi þykir mér Bolla hefnt að heldur og eigi mun þeirra Bolla slíkur munur ger í sættum sem vert er ef þeim vígum er saman jafnað."

Guðrún mælti: "Vera kann að vér fáum ekki jafnmæli af þeim Laxdælunum en gjalda skal nú einnhver í hverjum dal sem hann býr. Skal og nú þar að snúa er Þorsteinn svarti er því að engi hefir sér verra hlut af deilt þessum málum en hann."

Snorri mælti: "Slíkt er Þorsteinn í sökum við yður sem þeir menn er í tilför voru vígs Bolla og unnu ekki á honum. En þú lætur þá menn sitja hjá kyrra er mér þykir sem í meira lagi sé hefnd í en hafi þó borið banorð af Bolla er Helgi er Harðbeinsson."

Guðrún mælti: "Satt er það en eigi má eg vita að þessir menn sitji um kyrrt allir er eg hefi áður þenna fjandskap miklað á hendur."

141

Snorri svarar: "Eg sé þar gott ráð til. Þeir Lambi og Þorsteinn skulu vera í ferð með sonum þínum og er þeim Lamba það maklegt friðkaup. En ef þeir vilja eigi það þá mun eg ekki mæla þá undan að eigi skapið þér þeim slíkt víti sem yður líkar."

Guðrún mælti: "Hvernig skal að fara að koma þessum mönnum til ferðar er þú hefir upp nefnt?"

Snorri mælti: "Það verða þeir að annast er fyrir skulu vera ferðinni."

Guðrún mælti: "Þar munum vér hafa þína forsjá á því hver ferðinni skal stjórna og fyrir vera."

Þá brosti Snorri og mælti: "Hér hefir þú kyrið mann til."

Guðrún mælti: "Þetta muntu tala til Þorgils."

Snorri segir svo vera.

Guðrún mælti: "Rætt hefi eg þetta áður við Þorgils og er sem því sé lokið því að hann gerði þann einn kost á er eg vildi ekki á líta. En ekki fór Þorgils undan að hefna Bolla ef hann næði ráðahag við mig. En þess er borin von og mun eg því ekki biðja hann til þessarar ferðar."

Snorri mælti: "Hér mun eg gefa ráð til fyrir því að eg fyrirman Þorgísli ekki þessar ferðar. Honum skal að vísu heita ráðahag og gera það þó með undirmálum þeim að þú sért engum manni samlendum gift öðrum en Þorgísli og það skal enda því að Þorkell Eyjólfsson er nú eigi hér á landi en eg hefi honum ætlað þenna ráðahag."

Guðrún mælti: "Sjá mun hann þenna krók."

Snorri svarar: "Sjá mun hann víst eigi því að Þorgils er meir reyndur að ákafa en vitsmunum. Ger þenna máldaga við fárra manna vitni. Lát hjá vera Halldór fóstbróður hans en eigi Örnólf því að hann er

142

vitrari og kenn mér ef eigi dugir."

Eftir þetta skilja þau Guðrún talið og bað hvort þeirra annað vel
fara. Reið Snorri heim en Guðrún í Þykkvaskóg. Um myrgininn
eftir ríður Guðrún úr Þykkvaskógi og synir hennar með henni. Og
er þau ríða út eftir Skógarströnd sjá þau að menn ríða eftir þeim.
Þeir ríða hvatan og koma skjótt eftir og var þar Þorgils Hölluson.
Fagna þar hvorir öðrum vel og sæmilega, ríða nú öll saman um
daginn út til Helgafells.

60. kafli - Enn af Guðrúnu

Fám nóttum síðar en Guðrún hafði heim komið heimti hún sonu
sína til máls við sig í laukagarð sinn. En er þeir koma þar sjá þeir að
þar voru breidd niður línklæði, skyrta og línbrækur. Þau voru
blóðug mjög.

Þá mælti Guðrún: "Þessi sömu klæði er þið sjáið hér frýja ykkur
föðurhefnda. Nú mun eg ekki hafa hér um mörg orð því að ekki er
von að þið skipist af framhvöt orða ef þið íhugið ekki við slíkar
bendingar og áminningar."

Þeim bræðrum brá mjög við þetta er Guðrún mælti en svöruðu þó
á þá leið að þeir hafa verið ungir til hefnda að leita og forystulausir,
kváðust hvorki kunna ráð gera fyrir sér né öðrum "og muna
mættum við hvað við höfum látið."

Guðrún kvaðst ætla að þeir mundu meir hugsa um hestavíg eða
leika.

Eftir þetta gengu þeir í brott.

Um nóttina eftir máttu þeir bræður eigi sofa. Þorgils varð þess var
og spurði hvað þeim væri. Þeir segja honum allt tal þeirra mæðgina
og það með að þeir mega eigi bera lengur harm sinn og frýju
móður sinnar.

"Viljum vér til hefnda leita," sagði Bolli, "og höfum við bræður nú þann þroska að menn munu mjög á leita við okkur ef við hefjum eigi handa."

Um daginn eftir taka þau tal með sér, Þorgils og Guðrún, en Guðrún hóf svo mál sitt: "Svo þykir mér Þorgils sem synir mínir nenni eigi kyrrsetu þessi lengur svo að þeir leiti eigi til hefnda eftir föður sinn. En það hefir mest dvalið hér til að mér þóttu þeir Þorleikur og Bolli of ungir hér til að standa í mannráðum. En ærin hefir nauðsyn til verið að minnast þess nokkuru fyrr."

Þorgils svarar: "Því þarftu þetta mál ekki við mig að ræða að þú hefir þvert tekið að ganga með mér. En allt er mér það samt í hug og fyrr þá er við höfum þetta átt að tala. Ef eg nái ráðahag við þig þá vex mér ekki í augu að stinga af einnhvern þeirra eða báða tvo þá er næst gengu vígi Bolla."

Guðrún mælti: "Svo þykir mér sem Þorleiki virðist engi jafn vel til fallinn að vera fyrirmaður ef það skal nokkuð vinna er til harðræða sé. En þig er ekki því að leyna að þeir sveinarnir ætla að stefna að Helga Harðbeinssyni, berserkinum, er situr í Skorradal að búi sínu og uggir ekki að sér."

Þorgils mælti: "Aldregi hirði eg hvort hann heitir Helgi eða öðru nafni því að hvorki þykir mér ofurefli að eiga við Helga eða einnhvern annan. Er um þetta mál allt rætt fyrir mína hönd ef þú heitir mér með vottum að giftast mér ef eg kem hefndum fram með sonum þínum."

Guðrún kvaðst það efna mundu allt er hún yrði á sátt þótt það væri við fárra manna vitni gert og sagði hún að þetta mundi að ráði gert. Guðrún bað þangað kalla Halldór fóstbróður hans og þá sonu sína. Þorgils bað og Örnólf við vera.

Guðrún kvað þess enga þörf: "Eru mér meiri grunir á um trúleika Örnólfs við þig en eg ætla þér vera."

Þorgils bað hana ráða.

Nú koma þeir bræður á fund Guðrúnar og Þorgils. Þar var Halldór
í tali með þeim.

Guðrún segir þeim nú skyn á að "Þorgils hefir heitið að gerast
fyrirmaður ferðar þeirrar að veita heimferð að Helga Harðbeinssyni
með sonum mínum að hefna Bolla. Hefir Þorgils það til mælt
ferðarinnar að hann næði ráðahag við mig. Nú skírskota eg því við
vitni yðru að eg heiti Þorgísli að giftast engum manni öðrum
samlendum en honum en eg ætla ekki að giftast í önnur lönd."

Þorgísli þykir nú þetta vel mega fyrir bíta og sér hann ekki í þetta.
Slíta þau nú þessu tali. Þetta ráð er nú fullgert að Þorgils skal til
ferðar ráðast. Býst hann frá Helgafelli og með honum synir
Guðrúnar. Ríða þeir inn í Dali og fyrst heim í Tungu.

61. kafli - Af Snorra og sonum Guðrúnar

Hinn næsta drottinsdag var leið og reið Þorgils þangað með flokki
sínum. Snorri goði var eigi á leið. Var þar fjölmenni.

Um daginn heimti Þorgils til tals við sig Þorstein svarta og mælti:
"Svo er sem þér er kunnigt að þú varst í tilför með Ólafssonum þá
er veginn var Bolli. Hefir þú þær sakir óbætt við þá sonu hans. Nú
þó að síðan sé langt liðið er þeir atburðir urðu þá ætla eg þeim eigi
úr minni liðið við þá menn er í þeirri ferð voru. Nú virða þeir
bræður svo sem þeim sami það síst að leita á við Ólafssonu fyrir
sakir frændsemi. Er nú það ætlan þeirra bræðra að venda til hefnda
við Helga Harðbeinsson því að hann veitti Bolla banasár. Viljum
vér þess biðja þig Þorsteinn að þú sért í ferð þessi með þeim
bræðrum og kaupir þig svo í frið og í sætt."

Þorsteinn svarar: "Eigi samir mér þetta að sæta vélræðum við Helga
mág minn. Vil eg miklu heldur gefa fé til friðar mér svo að það þyki
góður sómi."

145

Þorgils segir: "Lítið ætla eg þeim um það bræðrum að gera þetta til fjár sér. Þarftu ekki í því að dyljast Þorsteinn að þú munt eiga tvo kosti fyrir höndum, að ráðast til ferðar eða sæta afarkostum þegar er þeir mega við komast. Vildi eg og að þú tækir þenna kost þótt þér sé vandi á við Helga. Verður hver fyrir sér að sjá er menn koma í slíkt öngþveiti."

Þorsteinn mælti: "Ger mun fleirum slíkur kostur þeim er í sökum eru við sonu Bolla?"

Og enn mælti Þorgils: "Um slíkan kost mun Lambi eiga að kjósa."

Þorsteinn kvaðst þá betra þykja ef hann skyldi eigi verða um þetta einlagi.

Eftir það kallar Þorgils Lamba til móts við sig og biður Þorstein heyra tal þeirra og mælti: "Slíkt sama mál vil eg við þig ræða Lambi sem eg hefi upp borið við Þorstein. Hverja sæmd viltu bjóða sonum Bolla fyrir sakarstaði þá er þeir eiga við þig? Því að það er oss með sönnu sagt að þú ynnir á Bolla. Fer það saman að þú ert sakbitinn í meira lagi fyrir því að þú eggjaðir mjög að Bolli væri drepinn. Var og við þig í meira lagi vorkunn þegar er leið sonu Ólafs."

Lambi spurði hvers beitt mundi vera. Þorgils svarar að slíkur kostur mundi honum ger sem Þorsteini, að ráðast í ferð með þeim bræðrum.

Lambi segir: "Illt þykir mér friðkaup í þessu og ódrengilegt. Er eg ófús þessar farar."

Þá mælti Þorsteinn: "Eigi er einsætt Lambi að skerast svo skjótt undan ferðinni því að hér eiga stórir menn í hlut og þeir er mikils eru verðir en þykjast lengi hafa setið yfir skörðum hlut. Er mér sagt um sonu Bolla að þeir séu þroskavænlegir menn og fullir ofurkapps en eiga mikils að reka. Megum vér ekki annað ætla en leysast af nokkuru eftir slík stórvirki. Munu menn og mér mest til ámælis leggja þetta fyrir sakir tengda með okkur Helga. Þykir mér og sem svo verði flestum gefið að allt láti fjörvi fyrri. Verður því vandræði fyrst að hrinda er bráðast kemur að höndum."

Lambi mælti: "Auðheyrt er það hvers þú fýsir Þorsteinn. Ætla eg það vel fallið að þú ráðir þessu ef þér sýnist svo einsætt því að lengi höfum við átt vandræðafélag mikið saman. Vil eg það til skilja ef eg geng að þessu að þeir frændur mínir, Ólafssynir, sitji kyrrir og í friði ef hefnd gengur fram við Helga."

Þorgils játtar þessu fyrir hönd þeirra bræðra.

Réðst nú þetta að þeir Þorsteinn og Lambi skulu ráðast með Þorgísli til ferðar, kváðu á með sér að þeir skyldu koma þriðja dag snemma í Tungu í Hörðadal. Eftir þetta skilja þeir. Ríður Þorgils heim um kveldið í Tungu. Líður nú sjá stund er þeir höfðu á kveðið að þeir skyldu koma á fund Þorgils er til ferðar voru ætlaðir með honum. Þriðja myrgininn fyrir sól koma þeir Þorsteinn og Lambi í Tungu. Fagnar Þorgils þeim vel.

62. kafli

Þorgils býst nú heiman og ríða þeir upp eftir Hörðadal tíu saman. Þar var Þorgils Hölluson flokkstjóri. Þar voru í ferð synir Bolla, Bolli og Þorleikur, Þórður köttur var hinn fjórði, bróðir þeirra, fimmti Þorsteinn svarti, sétti Lambi, sjöundi og átti Halldór og Örnólfur, níundi Sveinn, tíundi Húnbogi. Þeir voru synir Álfs úr Dölum. Þessir voru allir víglegir.

Þeir ríða leið sína upp til Sópandaskarðs og yfir Langavatnsdal og svo yfir Borgarfjörð þveran. Þeir riðu að Eyjarvaði yfir Norðurá en að Bakkavaði yfir Hvítá, skammt frá Bæ ofan. Riðu þeir Reykjardal og svo yfir hálsinn til Skorradals og svo upp eftir skóginum í nánd bænum að Vatnshorni, stíga þar af hestum sínum. Var þá mjög kveldið á liðið.

Bærinn að Vatnshorni stendur skammt frá vatninu fyrir sunnan ána.

147

Þorgils mælti þá við förunauta sína að þeir mundu þar vera um nóttina "og mun eg fara heim til bæjarins á njósn að forvitnast hvort Helgi sé heima. Mér er sagt að Helgi hafi heldur fámennt oftast en sé allra manna varastur um sig og hvíli í rammlegri lokrekkju."

Förunautar Þorgils báðu hann fyrir sjá. Gerir Þorgils nú klæðaskipti, steypir af sér kápu blárri en tók yfir sig voskufl einn grán. Hann fer heim til bæjarins og er hann var kominn nálega að garði þá sér hann mann ganga í móti sér.

Og er þeir finnast mælti Þorgils: "Þér mun eg þykja ófróðlega spyrja félagi. Hvar er eg kominn í sveit eða hvað heitir bær sjá eða hver býr hér?"

Maðurinn svarar: "Þú munt vera furðu heimskur maður og fávís ef þú hefir eigi heyrt getið Helga Harðbeinssonar, hins mesta garps og mikilmennis."

Þorgils spyr þá hversu góður Helgi væri viðtakna ef ókunnir menn koma til hans og þeir er mjög þurfa ásjá.

Hann svarar: "Gott er þar satt frá að segja því að Helgi er hið mesta stórmenni bæði um manna viðtökur og annan skörungskap."

"Hvort er Helgi nú heima?" segir Þorgils. "Eg vildi skora á hann til viðtöku."

Hinn spyr hvað honum væri á höndum.

Þorgils svarar: "Eg varð sekur í sumar á þingi. Vildi eg nú leita mér trausts nokkurs til þess manns er mikill væri fyrir sér. Vildi eg þar í mót veita honum fylgd mína og þjónustu. Skaltu nú fylgja mér heim til bæjarins til fundar við Helga."

"Vel má eg það gera," segir hann, "að fylgja þér heim því að heimul mun þér gisting hér vera náttlangt. En ekki muntu Helga finna því að hann er eigi heima."

Þá spyr Þorgils hvar hann væri.

Hann svarar: "Helgi er í seli sínu þar er heitir í Sarpi."

Þorgils spyr hvar það væri eða hvað manna væri með honum. Hann kvað þar vera son hans Harðbein og tvo menn aðra er sekir voru og hann hafði við tekið. Þorgils bað hann vísa sér sem gegnst til selsins "því að eg vil þegar hitta Helga er eg nái honum og reka erindi mitt."

Húskarlinn gerði svo að hann vísaði honum leiðina og eftir það skilja þeir.

Snýr Þorgils í skóginn og til förunauta sinna og segir þeim hvers hann hefir vís orðið um hagi Helga: "Munum vér hér dveljast náttlangt og venda ekki fyrr til selsins en á morgun."

Þeir gera sem hann mælti fyrir. Um morguninn riðu þeir Þorgils upp eftir skóginum þar til er þeir komu skammt frá selinu. Þá bað Þorgils þá stíga af hestunum og eta dagverð og svo gera þeir, dveljast þar um hríð.

63. kafli - Af sauðamanni Helga

Nú er að segja hvað tíðinda er að selinu að Helgi var þar og þeir menn með honum sem fyrr var sagt. Helgi ræddi um morguninn við smalamann sinn að hann skyldi fara um skóga í nánd selinu og hyggja að mannaferðum eða hvað hann sæi til tíðinda, "erfitt hafa draumar veitt í nótt."

Sveinninn fer eftir því sem Helgi mælti. Hann er horfinn um hríð og er hann kemur aftur þá spyr Helgi hvað hann sæi til tíðinda.

Hann svarar: "Séð hefi eg það að eg ætla að tíðindum muni gegna."

Helgi spyr hvað það væri.

Hann kvaðst séð hafa menn eigi allfá "og hygg eg að vera munu utanhéraðsmenn."

Helgi mælti: "Hvar voru þeir er þú sást þá eða hvað höfðust þeir að eða hugðir þú nokkuð að klæðabúnaði þeirra eða yfirlitum?"

Hann svarar: "Ekki varð mér þetta svo mjög um felmt að eg hugleiddag eigi slíka hluti því að eg vissi að þú mundir eftir spyrja."

Hann sagði og að þeir væru skammt frá selinu og þeir átu þar dagverð. Helgi spyr hvort þeir sætu í hvirfingi eða hver út frá öðrum. Hann kvað þá í hvirfingi sitja í söðlum.

Helgi mælti: "Seg mér nú frá yfirlitum þeirra. Vil eg vita ef eg megi nokkuð ráða að líkindum hvað manna þetta sé."

Sveinninn mælti: "Þar sat maður í steindum söðli og í blárri kápu. Sá var mikill og drengilegur, vikóttur og nokkuð tannber."

Helgi segir: "Þenna mann kenni eg gerla að frásögn þinni. Þar hefir þú séð Þorgils Hölluson vestan úr Hörðadal. Eða hvað mun hann vilja oss kappinn?"

Sveinninn mælti: "Þar næst sat maður í gylltum söðli. Sá var í skarlatskyrtli rauðum og hafði gullhring á hendi og var hnýtt gullhlaði um höfuð honum. Sá maður hafði gult hár og liðaðist allt á herðar niður. Hann var ljóslitaður og liður á nefi og nokkuð hafið upp framan nefið, eygður allvel, bláeygur og snareygur og nokkuð skoteygur, ennibreiður og fullur að vöngum. Hann hafði brúnaskurð á hári og hann var vel vaxinn um herðar og þykkur undir hönd. Hann hafði allfagra hönd og sterklegan handlegg og allt var hans látbragð kurteislegt og því orði lýk eg á að eg hefi engan mann séð jafnvasklegan að öllu. Hann var og unglegur maður svo að honum var ekki grön vaxin. Sýndist mér sem þrútinn mundi vera af trega."

Þá svarar Helgi: "Vendilega hefir þú að þessum manni hugað. Mun og mikils um þenna mann vert vera. En ekki mun eg þenna mann séð hafa. En þó mun eg geta til hver hann er. Það hygg eg að þar hafi verið Bolli Bollason því að það er mér sagt að hann sé efnilegur maður."

Þá mælti sveinninn: "Þá sat maður í smeltum söðli. Sá var í gulgrænum kyrtli. Hann hafði mikið fingurgull á hendi. Sá maður var hinn fríðasti sýnum og mun enn vera á ungum aldri, jarpur á hárslit og fer allvel hárið og að öllu var hann hinn kurteisasti maður."

Helgi svarar: "Vita þykist eg hver þessi maður mun vera er þú hefir nú frá sagt. Þar mun vera Þorleikur Bollason og ertu skýr maður og glöggþekkinn."

Sveinninn segir: "Þar næst sat ungur maður. Hann var í blám kyrtli og í svörtum brókum og gyrður í brækur. Sá maður var réttleitur og hvítur á hárlit og vel farinn í andliti, grannlegur og kurteislegur."

Helgi svarar: "Þenna mann kenni eg og hann mun eg séð hafa og mundi þá vera maðurinn allungur. Þar mun vera Þórður Þórðarson fóstri Snorra goða og hafa þeir kurteist lið mjög Vestfirðingarnir. Hvað er enn þá?"

Þá mælti sveinninn: "Þá sat maður í skoskum söðli, hár í skeggi og skolbrúnn mjög, svartur á hár og skrúfhár og heldur ósýnilegur og þó garplegur. Hann hafði yfir sér fellikápu grá."

Helgi segir: "Glöggt sé eg hver þessi maður er. Þar er Lambi Þorbjarnarson úr Laxárdal og veit eg eigi hví hann er í för þeirra bræðra."

Sveinninn mælti: "Þá sat maður í standsöðli og hafði ysta heklu blá og silfurhring á hendi. Sá var búandlegur og heldur af æsku aldri, dökkjarpur á hár og hrökk mjög. Hann hafði ör í andliti."

151

"Nú versnar mjög frásögnin," sagði Helgi. "Þar muntu séð hafa Þorstein svarta mág minn og víst þykir mér undarlegt er hann er í þessi ferð og eigi mundi eg veita honum slíka heimsókn. Eða hvað er enn þá?"

Hann svarar: "Þá sátu tveir menn. Þeir voru líkir sýnum og mundu vera miðaldra menn og hinir knálegustu, rauðir á hárlit og freknóttir í andliti og þó vel sýnum."

Helgi mælti: "Gerla skil eg hverjir þessir menn eru. Þar eru þeir Ármóðssynir fóstbræður Þorgils, Halldór og Örnólfur, og ertu skilvís maður. Eða hvort eru nú taldir þeir menn er þú sást?"

Hann svarar: "Litlu mun eg nú við auka. Þá sat þar næst maður og horfði út úr hringinum. Sá var í spangabrynju og hafði stálhúfu á höfði og var barmurinn þverrar handar breiður. Hann hafði öxi ljósa um öxl og mundi vera alnar fyrir munn. Sjá maður var dökklitaður og svarteygur og hinn víkinglegsti."

Helgi svarar: "Þenna mann kenni eg glöggt að frásögn þinni. Þar hefir verið Húnbogi hinn sterki son Álfs úr Dölum og vant er mér að sjá hvað þeir vilja og mjög hafa þeir valda menn til ferðar þessar."

Sveinninn mælti: "Og enn sat maður þar hið næsta þessum hinum sterklega manni. Sá var svartjarpur á hár, þykkleitur og rauðleitur og mikill í brúnum, hár meðalmaður."

Helgi mælti: "Hér þarftu eigi lengra frá að segja. Þar hefir verið Sveinn son Álfs úr Dölum, bróðir Húnboga, og betra mun oss að vera eigi ráðlausum fyrir þessum mönnum því að nær er það minni ætlan að þeir muni vilja hafa minn fund áður þeir losni úr héraði og eru þeir menn í för þessi er vorn fund munu kalla skaplegan þó að hann hefði nokkuru fyrr að hendi komið. Nú skulu konur þær sem hér eru að selinu snarast í karlföt og taka hesta þá er hér eru hjá selinu og ríða sem hvatast til veturhúsa. Kann vera að þeir sem nær oss sitja þekki eigi hvort þar ríða karlar eða konur. Munu þeir þurfa lítils tóms að ljá oss áður vér munum koma mönnum að oss og er þá eigi sýnt hvorra vænna er."

Konurnar ríða í brott fjórar saman.

Þorgils grunar að njósn muni borin vera frá þeim og bað þá taka hesta sína og ríða að sem tíðast og svo gerðu þeir. Og áður þeir stigu á bak reið maður að þeim þjóðsýnlega. Sá var lítill vexti og allkviklátur. Hann var margeygur furðulega og hafði færilegan hest. Þessi maður kvaddi Þorgils kunnlega. Þorgils spyr hann að nafni og kynferði og svo hvaðan hann væri kominn.

Hann kveðst Hrappur heita og vera breiðfirskur að móðurkyni "og þar hefi eg upp vaxið. Hefi eg nafn Víga-Hrapps og það með nafni að eg er engi dældarmaður þó að eg sé lítill vexti. En eg er sunnlenskur að föðurkyni. Hefi eg nú dvalist þar nokkura vetur. Og allvel hefir þetta til borið Þorgils er eg hefi þig hér ratað því að eg ætlaði þó þinn fund að sækja þó að mér yrði um það nokkuru torsóttara. En vandkvæði eru mér á hendi. Eg hefi orðið missáttur við húsbónda minn. Hafði eg af honum viðfarar ekki góðar en eg hefi það af nafni að eg vil ekki sitja mönnum slíkar hneisur og veitti eg honum tilræði en þó get eg að annaðhvort hafi tekið lítt eða ekki. En litla stund var eg þar til raunar síðan því að eg þóttist hirður þegar eg kom á bak hesti þessum er eg tók frá bónda."

Hrappur segir margt en spurði fás en þó varð hann brátt var að þeir ætluðu að stefna að Helga og lét hann vel yfir því og sagði að hans skal eigi á bak að leita.

64. kafli - Dráp Helga

Þeir Þorgils tóku reið mikla þegar þeir komu á bak og riðu nú fram úr skóginum. Þeir sáu fjóra menn ríða frá selinu. Þeir hleyptu og allmikið. Þá mæltu sumir förunautar Þorgils að ríða skyldi eftir þeim sem skjótast.

Þá svarar Þorleikur Bollason: "Koma munum vér áður til selsins og vita hvað þar sé manna því að það ætla eg síður að hér sé Helgi og hans fylgdarmenn. Sýnist mér svo sem þetta séu konur einar."

Þeir voru fleiri er í móti mæltu. Þorgils kvað Þorleik ráða skyldu því
að hann vissi að Þorleikur var manna skyggnastur, snúa nú að
selinu. Hrappur hleypir fram fyrir og dúði spjótsprikuna er hann
hafði í hendi og lagði fram fyrir sig og kvað þá vera allt mál að
reyna sig. Verða þeir Helgi þá eigi fyrr varir við en þeir Þorgils taka
á þeim selið. Þeir Helgi lúka aftur hurðina og taka vopn sín.
Hrappur hleypur þegar upp á selið og spurði hvort skolli væri inni.

Helgi svarar: "Fyrir það mun þér ganga sem sá sé nokkuð skæður er
hér býr inni að hann muni bíta kunna nær greninu."

Og þegar lagði Helgi spjóti út um selsglugginn og í gegnum Hrapp.
Féll hann dauður til jarðar af spjótinu.

Þorgils bað þá fara varlega og gæta sín við slysum "því að vér
höfum ærin efni til að vinna selið og Helga þar sem hann er nú
kominn því að eg hygg að hér sé fátt manna fyrir."

Selið var gert um einn ás og lá hann á gaflhlöðum og stóðu út af
ásendarnir og var einart þak á húsinu og ekki gróið. Þá mælti
Þorgils að menn skyldu ganga að ásendunum og treysta svo fast að
brotnaði eða ella gengi af inn raftarnir en sumir skyldu geyma
duranna ef þeir leituðu út. Fimm voru þeir Helgi inni í selinu.
Harðbeinn son hans var þar, hann var tólf vetra gamall, og
smalamaður hans og tveir menn aðrir er það sumar höfðu komið til
hans og voru sekir. Hét annar Þorgils en annar Eyjólfur. Þorsteinn
svarti stóð fyrir selsdurunum og Sveinn son Dala-Álfs en þeir aðrir
förunautar rifu af ræfrið af selinu og höfðu þeir þar skipt liði til.
Tók annan ásenda Húnbogi hinn sterki og þeir Ármóðssynir en
þeir Þorgils og Lambi annan ásenda og þeir synir Guðrúnar. Treysta
þeir nú fast á ásinn og brotnaði hann í sundur í miðju. Og í þessi
svipan lagði Harðbeinn út atgeiri úr selinu þar sem hurðin var
brotin. Lagið kom í stálhúfu Þorsteins svarta svo að í enninu nam
staðar. Var það mjög mikill áverki. Þá mælti Þorsteinn það er satt
var að þar voru menn fyrir. Því næst hljóp Helgi út um dyrnar svo
djarflega að þeir hrukku fyrir er næstir voru. Þorgils var þá nær

staddur og hjó eftir honum með sverði og kom á öxlina og varð
það mikill áverki. Helgi snerist þá í móti og hafði í hendi viðaröxi.

Helgi mælti: "Enn skal þessi hinn gamli þora að sjá í mót vopnum"
og fleygði öxinni að Þorgísli og kom öxin á fót honum og varð það
mikið sár.

Og er Bolli sá þetta þá hleypur hann að Helga og hafði í hendi
Fótbít og lagði í gegnum Helga. Var það banasár hans. Þeir
fylgdarmenn Helga hlaupa þegar úr selinu og svo Harðbeinn.
Þorleikur Bollason víkur í móti Eyjólfi. Hann var sterkur maður.
Þorleikur hjó til hans með sverði og kom á lærið fyrir ofan kné og
tók af fótinn og féll hann dauður til jarðar. En Húnbogi hinn sterki
hleypur í móti Þorgilsi og hjó til hans með öxi og kom á hrygginn
og tók hann sundur í miðju. Þórður köttur var nær staddur þar er
Harðbeinn hljóp út og vildi þegar ráða til hans. Bolli hleypur til er
hann sá þetta og bað eigi veita Harðbeini skaða: "Skal hér engi
maður vinna klækisverk og skal Harðbeini grið gefa."

Helgi átti annan son er Skorri hét. Sá var að fóstri á Englandi í
Reykjardal hinum syðra.

65. kafli - Heimkoma þeirra bræðra

Eftir þessi tíðindi ríða þeir Þorgils í brott og yfir hálsinn til
Reykjardals og lýstu þar vígum þessum, riðu síðan hina sömu leið
vestur sem þeir höfðu vestan riðið, léttu eigi sinni ferð fyrr en þeir
komu í Hörðadal. Þeir segja nú þessi tíðindi er gerst höfðu í för
þeirra. Varð þessi ferð hin frægsta og þótti þetta mikið stórvirki er
slíkur kappi hafði fallið sem Helgi var. Þorgils þakkar mönnum vel
ferðina og slíkt hið sama mæltu þeir bræður Bollasynir. Skiljast þeir
menn nú er í ferð höfðu verið með Þorgísli. Lambi ríður vestur til
Laxárdals og kemur fyrst í Hjarðarholt og sagði þeim frændum
sínum innilega frá þessum tíðindum er orðið höfðu í Skorradal.
Þeir létu illa yfir hans ferð og töldu mjög á hendur honum, kváðu
hann meir hafa sagst í ætt Þorbjarnar skrjúps en Mýrkjartans
Írakonungs.

Lambi reiddist mjög við orðtak þeirra og kvað þá kunna sig ógerla er þeir veittu honum átölur "því að eg hefi dregið yður undan dauða," segir hann.

Skiptust þeir síðan fám orðum við því að hvorumtveggjum líkaði þá verr en áður. Ríður Lambi heim til bús síns.

Þorgils Hölluson ríður út til Helgafells og með honum synir Guðrúnar og fóstbræður hans, Halldór og Örnólfur. Þeir komu síðla um kveldið til Helgafells svo að allir menn voru í rekkjum. Guðrún rís upp og bað menn upp standa og vinna þeim beina. Hún gengur til stofu og heilsar Þorgísli og öllum þeim og spurði þá tíðinda. Þorgils tók kveðju Guðrúnar. Hann hafði þá lagt af sér kápuna og svo vopnin og sat þá upp til stafa. Þorgils var í rauðbrúnum kyrtli og hafði um sig breitt silfurbelti. Guðrún settist niður í bekkinn hjá honum.

Þá kvað Þorgils vísu þessa:

Sóttum heim að Helga,
hrafn létum ná svelgja,
ruðum fagrröðuls eiki
þá er fylgdum Þorleiki.
Þrjá létum þar falla,
þjóðnýta gervalla,
hjálm allkæna þolla.
Hefnt teljum nú Bolla.

Guðrún spurði þá vendilega að þessum tíðindum er orðið höfðu í för þeirra. Þorgils sagði slíkt er hún spurði. Guðrún kvað ferðina orðna hina snöfurlegstu og bað þá hafa þökk fyrir. Eftir það er þeim beini veittur og er þeir voru mettir var þeim fylgt til rekkna. Sofa þeir af nóttina.

Um daginn eftir gengur Þorgils til tals við Guðrúnu og mælti: "Svo er háttað sem þú veist Guðrún að eg hefi fram komið ferðinni þeirri er þú baðst mig til. Tel eg það fullmannlega af höndum innt. Vænti eg og að eg hafi því vel vart. Þú munt það og muna hverjum hlutum þú hefir mér heitið þar í mót. Þykist eg nú til þess kaups kominn."

Þá mælti Guðrún: "Ekki hefir síðan svo langt liðið er við ræddumst við að mér sé það úr minni liðið. Ætla eg og það eina fyrir mér að efna við þig allt það er eg varð á sátt. Eða hvers minnir þig um hversu mælt var með okkur?"

Þorgils kvað hana muna mundu.

Guðrún svarar: "Það hygg eg að eg héti þér því að giftast engum manni samlendum öðrum en þér. Eða viltu nokkuð mæla í móti þessu?"

Þorgils kvað hana rétt muna.

"Þá er vel," segir Guðrún, "ef okkur minnir eins um þetta mál. Vil eg og ekki lengur draga þetta fyrir þér að eg ætla þess eigi auðið verða að eg sé þín kona. Þykist eg enda við þig öll ákveðin orð þó að eg giftist Þorkatli Eyjólfssyni því að hann er nú eigi hér á landi."

Þá mælti Þorgils og roðnaði mjög: "Gerla skil eg hvaðan alda sjá rennur undir. Hafa mér þaðan jafnan köld ráð komið. Veit eg að þetta eru ráð Snorra goða."

Sprettur Þorgils upp þegar af þessu tali og var hinn reiðasti, gengur til förunauta sinna og sagði að hann vill í brott ríða.

Þorleiki líkar illa er svo var hagað að Þorgísli var eigi geð á en Bolli samþykkist hér um vilja móður sinnar. Guðrún kvaðst gefa skyldu Þorgísli góðar gjafir og blíðka hann svo. Þorleikur kvað það ekki tjá mundu "því að Þorgils er miklu skapstærri maður en hann muni hér að smáhlutum lúta vilja."

Guðrún kvað hann og þá heima huggast skyldu.

Þorgils ríður við þetta frá Helgafelli og með honum fóstbræður

157

hans. Kemur hann heim í Tungu til bús síns og unir stórilla sínum hlut.

66. kafli - Andlát Ósvífurs

Þann vetur tók Ósvífur sótt og andaðist. Það þótti mannskaði mikill því að hann hafði verið hinn mesti spekingur. Ósvífur var grafinn að Helgafelli því að Guðrún hafði þar þá látið gera kirkju.

Á þeim sama vetri fékk sótt Gestur Oddleifsson og er að honum leið sóttin þá kallaði hann til sín Þórð lága son sinn og mælti: "Svo segir mér hugur um að þessi sótt muni skilja vora samvistu. Eg vil mig láta færa til Helgafells því að sá staður mun verða mestur hér í sveitum. Þangað hefi eg oft ljós séð."

Eftir þetta andaðist Gestur. Veturinn hafði verið kuldasamur og voru íslög mikil og hafði langt lagt út Breiðafjörð svo að eigi mátti á skipum komast af Barðaströnd. Lík Gests stóð uppi tvær nætur í Haga. En þá sömu nótt gerði á veður svo hvasst að ísinn rak allan frá landi en um daginn eftir var veður gott og lygnt. Þórður tók skip og lagði á lík Gests og fara þeir suður um daginn yfir Breiðafjörð og koma um kveldið til Helgafells. Var þar vel tekið við Þórði og er hann þar um nóttina. Um morguninn var niður sett lík Gests og hvíldu þeir Ósvífur í einni gröf. Kom nú fram spásagan Gests að skemmra var í milli þeirra en þá er annar var á Barðaströnd en annar í Sælingsdal.

Þórður hinn lági fer heim þegar hann er búinn. Hina næstu nótt eftir gerði á æðiveður. Rak þá ísinn allan að landi. Hélt því lengi um veturinn að ekki mátti þar á skipum fara. Þóttu að þessu mikil merki að svo gaf til að fara með lík Gests að hvorki var fært áður né síðan.

67. kafli - Dráp Þorgils Höllusonar

Þórarinn hét maður er bjó í Langadal. Hann var goðorðsmaður og ekki ríkur. Son hans hét Auðgísl. Hann var frálegur maður. Þorgils

Hölluson tók af þeim feðgum goðorðið og þótti þeim það hin mesta svívirðing. Auðgísl fór á fund Snorra goða og sagði honum þenna ójafnað og bað hann ásjá.

Snorri svarar vel að einu og tók lítinn af öllu og mælti: "Gerist hann Hölluslappi nú framgjarn og áburðarmikill. Hvort mun Þorgils enga þá menn fyrir hitta að eigi muni honum allt vilja þola? Er það víst auðsætt að hann er mikill maður og knálegur en komið hefir orðið slíkum mönnum í hel sem hann er."

Snorri gaf Auðgísli öxi rekna er hann fór í brott.

Um vorið fóru þeir Þorgils Hölluson og Þorsteinn svarti suður til Borgarfjarðar og buðu bætur sonum Helga og öðrum frændum hans. Var sæst á það mál og var ger góð sæmd. Galt Þorsteinn tvo hluti bóta vígsins en Þorgils skyldi gjalda þriðjung og skyldi greiða á þingi.

Þetta sumar reið Þorgils til þings. Og er þeir komu á hraunið að Völlum sáu þeir konu ganga í móti sér. Sú var mikil harðla. Þorgils reið í móti henni en hún veik undan og kvað þetta:

Kosti fyrðar
ef framir þykjast
og varist við svo
vélum Snorra.
Engi mun við varast,
vitr er Snorri.

Síðan gekk hún leið sína.

Þá mælti Þorgils: "Sjaldan fór svo þá er vel vildi að þú færir þá af þingi er eg fór til þings."

Þorgils ríður nú á þingið og til búðar sinnar og var kyrrt öndvert þingið.

159

Sá atburður varð einnhvern dag um þingið að fest voru út klæði manna til þerris. Þorgils átti blá heklu. Hún var breidd á búðarvegginn.

Menn heyrðu að heklan kvað þetta:

> Hangir vot á vegg
> veit hattkilan bragð,
> þvígit oftar þurr,
> þeygi dyl eg að hún viti tvö.

Þetta þótti hið mesta undur.

Hinn næsta dag eftir gekk Þorgils vestur yfir ána og skyldi gjalda fé sonum Helga. Hann sest niður á hölknið fyrir ofan búðirnar. Með honum var Halldór fóstbróðir hans og fleiri voru þeir saman. Þeir synir Helga komu til mótsins. Þorgils tekur nú að telja silfrið. Auðgísl Þórarinsson gekk þar hjá og í því er Þorgils nefndi tíu þá hjó Auðgísl til hans og allir þóttust heyra að höfuðið nefndi ellefu er af fauk hálsinum. Auðgísl hljóp til Vatnsfirðingabúðar en Halldór hljóp þegar eftir honum og hjó hann í búðardurunum til bana.

Þessi tíðindi komu til búðar Snorra goða að Þorgils Hölluson var veginn.

Snorri segir: "Eigi mun þér skilist hafa. Þorgils Hölluson mun vegið hafa."

Maðurinn segir: "Enda fauk höfuðið af bolnum."

"Þá má vera að satt sé," segir Snorri.

Sæst var á víg þessi sem í sögu Þorgils Höllusonar segir.

68. kafli - Kvonfang Þorkels

Það sama sumar er Þorgils Hölluson var veginn kom skip í Bjarnarhöfn. Það átti Þorkell Eyjólfsson. Hann var þá svo auðigur maður að hann átti tvo knörru í förum. Annar kom í Hrútafjörð á Borðeyri og var hvortveggi viði hlaðinn. Og er Snorri goði spurði útkomu Þorkels ríður hann þegar til skips. Þorkell tók við honum með allri blíðu. Þorkell hafði og mikinn drykk á skipi sínu. Var veitt allkappsamlega. Varð þeim og margt talað. Spurði Snorri tíðinda af Noregi. Þorkell segir frá öllu vel og merkilega. Snorri segir í mót þau tíðindi sem hér höfðu gerst meðan Þorkell hafði utan verið.

"Sýndist mér nú það ráð," segir Snorri, "sem eg ræddi fyrir þér áður þú fórst utan að þú tækir þig úr förum og settist um kyrrt og aflaðir þér kvonfangs þess hins sama sem þá var orði á komið."

Þorkell svarar: "Skil eg hvar þú ferð og allt er mér slíkt hið sama nú í hug sem þá ræddum við því að eigi fyrirman eg mér hins besta ráðs og hins göfgasta ef það má við gangast."

Snorri mælti: "Til þess skal eg boðinn og búinn að ganga með þeim málum fyrir þína hönd. Er nú og af ráðinn hvortveggi hluturinn sá er þér þótti torsóttlegastur ef þú skyldir fá Guðrúnar að Bolla er hefnt enda er Þorgils frá ráðinn."

Þorkell mælti: "Djúpt standa ráð þín Snorri og að vísu vil eg að venda þessu máli."

Snorri var að skipi nokkurar nætur. Síðan tóku þeir skip teinært er þar flaut við kaupskipið og bjuggust til ferðar hálfur þriðji tugur manna. Þeir fóru til Helgafells. Guðrún tók við Snorra ágæta vel. Var þeim veittur allgóður beini.

Og er þeir höfðu verið þar eina nótt þá kallar Snorri til tals við sig Guðrúnu og mælti: "Svo er mál með vexti að eg hefi ferð þessa veitt Þorkatli Eyjólfssyni vin mínum. Er hann nú hér kominn sem þú sérð en það er erindi hans hingað að hefja bónorð við þig. Er

161

Þorkell göfugur maður. Er þér og allt kunnigt um ætt hans og athæfi. Skortir hann og eigi fé. Þykir oss hann nú einn maður líkastur til höfðingja vestur hingað ef hann vill sig til þess hafa. Hefir Þorkell mikinn sóma þá er hann er út hér en miklu er hann meira virður þá er hann er í Noregi með tignum mönnum."

Þá svarar Guðrún: "Synir mínir munu hér mestu af ráða, Þorleikur og Bolli, en þú ert svo hinn þriðji maður Snorri að eg mun mest þau ráð undir eiga er mér þykja allmiklu máli skipta því að þú hefir mér lengi heilráður verið."

Snorri kvaðst einsætt þykja að hnekkja Þorkatli eigi frá. Eftir það lét Snorri kalla þangað sonu Guðrúnar, hefir þá uppi við þá málið og tjár hversu mikill styrkur þeim mætti verða að Þorkatli fyrir sakir fjárafla hans og forsjá og taldi þar um mjúklega.

Þá svarar Bolli: "Móðir mín mun þetta glöggvast sjá kunna. Vil eg hér um hennar vilja samþykkja. En víst þykir oss ráðlegt að virða það mikils er þér flytjið þetta mál Snorri því að þú hefir marga hluti stórvel gert til vor."

Þá mælti Guðrún: "Mjög munum vér hlíta forsjá Snorra um þetta mál því að oss hafa þín ráð heil verið."

Snorri fýsti í hverju orði og réðst það af að ráðahagur skyldi takast með þeim Guðrúnu og Þorkatli. Bauð Snorri að hafa boð inni. Þorkatli líkaði það vel "því að mig skortir eigi föng til að leggja fram svo sem yður líkar."

Þá mælti Guðrún: "Það er vilji minn að boð þetta sé hér að Helgafelli. Vex mér ekki það fyrir augum að hafa hér kostnað fyrir. Mun eg hvorki til þess krefja Þorkel né aðra að leggja starf á þetta."

"Oft sýnir þú það Guðrún," segir Snorri, "að þú ert hinn mesti kvenskörungur."

Verður nú það af ráðið að brullaup skal vera að Helgafelli að sex vikum sumars. Fara þeir Snorri og Þorkell við þetta á brott. Fór Snorri heim en Þorkell til skips. Er hann ýmist um sumarið í Tungu eða við skip. Líður til boðsins. Guðrún hefir mikinn viðurbúnað og tilöflun. Snorri goði sótti þessa veislu með Þorkatli og höfðu þeir nær sex tigu manna og var það lið mjög valið því að flestir allir menn voru í litklæðum. Guðrún hafði nær hundrað fyrirboðsmanna. Þeir bræður, Bolli og Þorleikur, gengu í mót þeim Snorra og með þeim fyrirboðsmenn. Er Snorra allvel fagnað og hans föruneyti. Er nú tekið við hestum þeirra og klæðum. Var þeim fylgt í stofu. Skipuðu þeir Þorkell og Snorri bekk annan, þann er æðri var, en boðsmenn Guðrúnar hinn óæðra bekk.

69. kafli - Boð Þorkels og Guðrúnar

Þetta haust hafði Gunnar Þiðrandabani verið sendur Guðrúnu til trausts og halds. Hún hafði og við honum tekið og var leynt nafni hans. Gunnar hafði sekur orðið um víg Þiðranda Geitissonar úr Krossavík sem segir í sögu Njarðvíkinga. Fór hann mjög huldu höfði því að margir stórir menn veittu þar eftirsjá.

Hið fyrsta kveld veislunnar er menn gengu til vatns stóð þar maður mikill hjá vatninu. Sá var herðimikill og bringubreiður. Sá maður hafði hatt á höfði. Þorkell spurði hver hann væri. Sá nefndist svo sem honum sýndist.

Þorkell segir: "Þú munt segja eigi satt. Værir þú líkari að frásögn Gunnari Þiðrandabana. Og ef þú ert svo mikil kempa sem aðrir segja þá muntu eigi vilja leyna nafni þínu."

Þá svarar Gunnar: "Allkappsamlega mælir þú til þessa. Ætla eg mig og ekki þurfa að dyljast fyrir þér. Hefir þú rétt kenndan manninn. Eða hvað hefir þú mér hugað að heldur?"

Þorkell kvaðst það vilja mundu að hann vissi það brátt. Hann mælti til sinna manna að þeir skyldu handtaka hann. En Guðrún sat innar á þverpalli og þar konur hjá henni og höfðu lín á höfði. En þegar hún verður vör við stígur hún af brúðbekkinum og heitir á sína menn að veita Gunnari lið. Hún bað og engum manni eira þeim er þar vildu óvísu lýsa. Hafði Guðrún lið miklu meira. Horfðist þar til annars en ætlað hafði verið.

Snorri goði gekk þar í milli manna og bað lægja storm þenna: "Er þér Þorkell einsætt að leggja ekki svo mikið kapp á þetta mál. Máttu sjá hversu mikill skörungur Guðrún er ef hún ber okkur báða ráðum."

Þorkell lést því hafa heitið nafna sínum, Þorkatli Geitissyni, að hann skyldi drepa Gunnar ef hann kæmi vestur á sveitir "og er hann hinn mesti vinur minn."

Snorri mælti: "Miklu er þér meiri vandi á að gera eftir vorum vilja. Er þér og þetta sjálfum höfuðnauðsyn því að þú færð aldrei slíkrar konu sem Guðrún er þótt þú leitir víða."

Og við umtölur Snorra og það með að hann sá að hann mælti satt þá sefaðist Þorkell en Gunnari var í brott fylgt um kveldið.

Veisla fór þar vel fram og skörulega. Og er boði var lokið búast menn í brott. Þorkell gaf Snorra allfémiklar gjafir og svo öllum virðingamönnum. Snorri bauð heim Bolla Bollasyni og bað hann vera með sér öllum þeim stundum er honum þætti það betra. Bolli þiggur það og ríður heim í Tungu. Þorkell settist nú að Helgafelli og tekur þar við búsumsýslu. Það mátti brátt sjá að honum var það eigi verr hent en kaupferðir. Hann lét þegar um haustið taka ofan skála og varð upp ger að vetri og var hann mikill og risulegur. Ástir takast miklar með þeim Þorkatli og Guðrúnu. Líður fram veturinn.

Um vorið eftir spyr Guðrún hvað hann vilji sjá fyrir Gunnari Þiðrandabana.

Þorkell kvað hana mundu fyrir því ráða: "Hefir þú tekið það svo fast að þér mun ekki að getast nema hann sé sæmilega af höndum leystur."

Guðrún kvað hann rétt geta "vil eg," segir hún, "að þú gefir honum skipið og þar með þá hluti sem hann má eigi missa að hafa."

Þorkell svarar og brosti við: "Eigi er þér lítið í hug um margt Guðrún," segir hann, "og er þér eigi hent að eiga vesalmenni. Er það og ekki við þitt æði. Skal þetta gera eftir þínum vilja."

Fer þetta fram. Gunnar tók við gjöfinni allþakksamlega: "Mun eg aldrei svo langhendur verða að eg fái yður launað þann sóma allan sem þið veitið mér."

Fór Gunnar utan og kom við Noreg. Eftir það fór hann til búa sinna. Gunnar var stórauðigur og hið mesta mikilmenni og góður drengur.

70. kafli - Utanferð Þorkels

Þorkell Eyjólfsson gerðist höfðingi mikill. Hélt hann sér mjög til vinsælda og virðingar. Hann var maður héraðríkur og málamaður mikill. Þingdeilda hans er hér þó ekki getið. Þorkell var ríkastur maður í Breiðafirði meðan hann lifði þegar er Snorra leið. Þorkell sat vel bæ sinn. Hann lét gera öll hús að Helgafelli stór og rammleg. Hann markaði og grundvöll til kirkju og lýsti því að hann ætlaði sér að sækja kirkjuviðinn. Þau Þorkell og Guðrún áttu son. Sá er nefndur Gellir. Hann var snemma hinn efnilegasti. Bolli Bollason var ýmist í Tungu eða að Helgafelli. Var Snorra til hans allvel. Þorleikur bróðir hans var að Helgafelli. Voru þeir bræður miklir menn og hinir knálegstu og hafði Bolli allt fyrir. Vel var Þorkatli til stjúpbarna sinna. Guðrún unni Bolla mest allra barna sinna. Bolli var nú sextán vetra en Þorleikur tuttugu.

Þá ræddi Þorleikur við Þorkel stjúpföður sinn og móður sína að hann vildi utan fara, "leiðist mér að sitja heima sem konum. Vildi eg að mér væru fengin fararefni."

Þorkell svarar: "Ekki þykist eg verið hafa mótgerðasamur ykkur bræðrum síðan er tengdir vorar tókust. Þykir mér þetta hin mesta vorkunn að þig fýsi að kanna siðu annarra manna því að eg vænti

165

að þú þykir vaskur maður hvar sem þú kemur með dugandi mönnum."

Þorleikur kvaðst ekki mundu hafa mikið fé "því að ósýnt er hversu mér gætist til. Er eg ungur og í mörgu óráðinn."

Þorkell bað hann hafa svo sem hann vildi. Síðan kaupir Þorkell í skipi til handa Þorleiki er uppi stóð í Dögurðarnesi. Fylgir Þorkell honum til skips og bjó hann að öllu vel heiman. Fór Þorleikur utan um sumarið. Skip það kemur til Noregs. Var þá lands höfðingi Ólafur konungur hinn helgi. Þorleikur fer þegar á fund Ólafs konungs. Hann tók vel við honum og kannaðist við kynferði hans og bauð honum til sín. Þorleikur þekktist það. Er hann með konungi um veturinn og gerðist hirðmaður hans. Virti konungur hann vel. Þótti Þorleikur hinn vaskasti maður og var hann með Ólafi konungi svo að vetrum skipti.

Nú er að segja frá Bolla Bollasyni. Þá er hann var átján vetra gamall um vorið ræddi hann við Þorkel mág sinn og þau móður sína að hann vill að þau leysi föðurarf hans. Guðrún spyr hvað hann ætlaðist fyrir er hann kallaði til fjár í hendur þeim.

Bolli svarar: "Það er vilji minn að konu sé beðið til handa mér. Vildi eg Þorkell mágur," segir Bolli, "að þú værir mér þar um flutningsmaður að það gengi fram."

Þorkell spurði hverrar konu hann vildi biðja.

Bolli svarar: "Kona heitir Þórdís. Hún er dóttir Snorra goða. Hún er svo kvenna að mér er mest um að eiga og ekki mun eg kvongast í bráð ef eg nái eigi þessu ráði. Þykir mér og mikið undir að þetta gangi fram."

Þorkell svarar: "Heimult er þér mágur að eg gangi með máli þessu ef þér þykir það máli skipta. Vænti eg að þetta mál verði auðsótt við Snorra því að hann mun sjá kunna að honum er vel boðið þar er þú ert."

Guðrún mælti: "Það er skjótt að segja Þorkell að eg vil til þess láta engan hlut spara að Bolli fái þann ráðakost sem honum líkar. Er það bæði að eg ann honum mest enda hefir hann öruggastur verið í því minna barna að gera að mínum vilja."

Þorkell lést það ætla fyrir sér að leysa Bolla vel af hendi: "Er það fyrir margs sakir maklegt því að eg vænti þess að gott verði mannkaup í Bolla."

Litlu síðar fara þeir Þorkell og Bolli og voru saman mjög margir menn, fara þar til er þeir koma í Tungu. Snorri tók vel við þeim og blíðlega. Eru þar hinar mestu ölværðir af Snorra hendi. Þórdís Snorradóttir var heima með föður sínum. Hún var væn kona og merkileg. Og er þeir höfðu fár nætur verið í Tungu þá ber Þorkell upp bónorðsmálin og mælir til mægðar við Snorra fyrir hönd Bolla en til samfara við Þórdísi dóttur hans.

Þá svarar Snorri: "Slíkra mála er vel leitað sem mér er að þér von. Vil eg þessu máli vel svara því að mér þykir Bolli hinn mannvænsti maður og sú kona þykir mér vel gift er honum er gift. En það mun þó mestu um stýra hversu Þórdísi er um gefið því að hún skal þann einn mann eiga að henni sé vel að skapi."

Þetta mál kemur fyrir Þórdísi en hún svarar á þá leið að hún mundi þar um hlíta forsjá föður síns, kvaðst fúsari að giftast Bolla í sinni sveit en ókunnum manni lengra í brott. Og er Snorri fann að henni var ekki þetta í móti skapi, að ganga með Bolla, þá er þetta að ráði gert og fóru festar fram. Skal Snorri hafa boð það inni og skal vera að miðju sumri. Við þetta ríða þeir Þorkell og Bolli heim til Helgafells og er nú Bolli heima þar til er að brullaupsstefnu kemur.

Búast þeir nú heiman, Þorkell og Bolli, og þeir menn með þeim er til þess voru ætlaðir. Var þar fjölmenni mikið og hið skörulegsta lið, ríða nú leið sína og koma í Tungu. Eru þar allgóðar viðtökur. Var þar mikið fjölmenni og veisla hin virðulegsta. Og er veisluna þrýtur búast menn í brott. Snorri gaf Þorkatli gjafar sæmilegar og þeim Guðrúnu báðum, slíkt sama öðrum sínum vinum og frændum. Ríður nú hver heim til síns heimilis þeirra manna er þetta boð hafa

167

sótt. Bolli var í Tungu og tókust brátt góðar ástir með þeim Þórdísi. Snorri lagði og mikla stund á að veita Bolla vel og var til hans hvar betur en til sinna barna. Bolli þekktist það vel og er þau misseri í Tungu í góðu yfirlæti.

Um sumarið eftir kom skip af hafi í Hvítá. Það skip átti hálft Þorleikur Bollason en hálft áttu norrænir menn. Og er Bolli spyr útkomu bróður síns ríður hann þegar suður til Borgarfjarðar og til skips. Verður hvor þeirra bræðra öðrum feginn. Er Bolli þar svo að nóttum skiptir. Síðan ríða þeir báðir bræður vestur til Helgafells. Þorkell tekur við þeim með allri blíðu og þau Guðrún bæði og buðu Þorleiki þar að vera um veturinn og það þiggur hann. Þorleikur dvelst að Helgafelli um hríð, ríður síðan til Hvítár og lætur setja upp skipið en flytja vestur varnað sinn. Þorleiki hafði gott orðið til fjár og virðingar því að hann hafði gerst handgenginn hinum tignasta manni, Ólafi konungi. Var hann nú að Helgafelli um veturinn en Bolli í Tungu.

71. kafli - Viðurtal þeirra bræðra

Annan vetur eftir útkomu Þorleiks finnast þeir bræður jafnan og höfðu tal með sér og hvorki hentu þeir gaman að leikum né annarri skemmtan. Og eitt sinn er Þorleikur var í Tungu þá töluðu þeir bræður svo að dægrum skipti. Snorri þóttist þá vita að þeir mundu stórt nakkvað ráða. Þá gekk Snorri á tal þeirra bræðra. Þeir fögnuðu honum vel og létu þegar falla niður talið. Hann tók vel kveðju þeirra.

Síðan mælti Snorri: "Hvað hafið þið í ráðagerðum er þið gáið hvorki svefns né matar?"

Bolli svarar: "Þetta eru ekki ráðagerðir því að það tal er með litlum merkjum er vér eigum að tala."

Og er Snorri fann að þeir vildu leyna hann því öllu er þeim var í skapi en hann grunaði þó að þeir mundu um það mest tala er stór vandræði mundu af gerast ef fram gengi. Snorri mælti til þeirra: "Hitt grunar mig nú sem það muni hvorki hégómi né gamanmál er þið munuð lengstum um tala og virði eg ykkur til vorkunnar þótt svo sé og gerið svo vel og segið mér og leynið mig eigi. Munum vér eigi allir verr kunna um ráða þetta mál því að eg mun hvergi í móti standa að það gangi fram er ykkar sómi vaxi við."

Þorleiki þótti Snorri vel undir taka. Sagði hann í fám orðum ætlan þeirra bræðra að þeir ætla að fara að þeim Ólafssonum og þeir skyldu sæta afarkostum, segja sig þá ekki til skorta að hafa jafnan hlut af þeim Ólafssonum er Þorleikur var handgenginn Ólafi konungi en Bolli kominn í mægðir við slíkan höfðingja sem Snorri er.

Snorri svarar á þá leið: "Ærið hefir komið fyrir víg Bolla er Helgi var Harðbeinsson fyrir goldinn. Eru helsti mikil vandræði manna áður orðin þó að staðar nemi um síðir."

Bolli segir þá: "Hvað er nú Snorri? Ertu eigi jafnhvass í liðveislunni sem þú lést fyrir litlu? Og eigi mundi Þorleikur þér enn þessa ætlan sagt hafa ef hann hefði nokkuð við mig um ráðist. Og þar er þú telur Helga hafa komið í hefnd fyrir Bolla þá er mönnum það kunnigt að fé kom fyrir víg Helga en faðir minn er óbættur."

En er Snorri sá að hann fékk þeim eigi talið hughvarf þá býðst Snorri til að leita um sættir með þeim Ólafssonum heldur en manndráp tækjust og því játta þeir bræður.

Síðan reið Snorri í Hjarðarholt með nokkura menn. Halldór tók vel við honum og bauð honum þar að vera. Snorri kvaðst heim mundu ríða um kveldið "en eg á við þig skylt erindi."

Síðan taka þeir tal og lýsir Snorri yfir erindum sínum að hann kvaðst þess orðinn var að þeir Bolli og Þorleikur undu eigi lengur að faðir þeirra væri bótlaus af þeim Ólafssonum "en nú vildi eg leita um sættir og vita ef endir yrði á ógiftu yðvarri frænda."

Halldór tók þessu ekki fjarri og svarar: "Harðla kunnigt er mér að Þorgils Hölluson og Bollasynir ætluðu að veita mér árás eða

169

bræðrum mínum áður en þú snerir hefndinni fyrir þeim svo að
þaðan af sýndist þeim að drepa Helga Harðbeinsson. Hefir þú þér
deilt góðan hlut af þessum málum hvað sem þú hefir til lagt um hin
fyrri skipti vor frænda."

Snorri mælti: "Miklu þykir mér skipta að gott verði mitt erindi og
hér kæmi því á leið er mér er mestur hugur á, að tækjust góðar
sættir með yður frændum því að mér er kunnigt skaplyndi þeirra
manna er málum eiga að skipta við yður að þeir munu það allt vel
halda er þeir verða á sáttir."

Halldór svarar: "Þessu vil eg játta ef það er vilji bræðra minna að
gjalda fé fyrir víg Bolla, slíkt sem þeir menn dæma er til gerðar eru
teknir. En undan vil eg skilja sektir allar og svo goðorð mitt, svo
staðfestu, slíkt hið sama þær staðfestur er bræður mínir búa á. Vil
eg og til skilja að þeir eigi þær að frjálsu fyrir þessa málalykt, taka og
sinn mann hvorir til gerðar."

Snorri segir: "Vel og skörulega er þetta boðið. Munu þeir bræður
þenna kost taka ef þeir vilja að nokkuru hafa mín ráð."

Síðan reið Snorri heim og segir þeim bræðrum hvert orðið hafði
hans erindi og svo það að hann mundi við skiljast þeirra mál með
öllu ef þeir vildu eigi játa þessu. Bolli bað hann fyrir ráða "og vil eg
Snorri að þér dæmið fyrir vora hönd."

Þá sendir Snorri orð Halldóri að þá var ráðin sættin. Bað hann
kjósa mann til gerðar til móts við sig. Halldór kaus til gerðar fyrir
sína hönd Steinþór Þorláksson af Eyri. Sættarfundur skyldi vera að
Dröngum á Skógarströnd þá er fjórar vikur eru af sumri. Þorleikur
Bollason reið til Helgafells og var allt tíðindalaust um veturinn. Og
er leið að þeirri stundu er á kveðið var um fundinn þá kom Snorri
goði með þeim Ólafssonum og voru alls fimmtán saman.
Jafnmargir komu þeir Steinþór til mótsins. Tóku þeir Snorri og
Steinþór tal og urðu ásáttir um mál þessi. Eftir það luku þeir fésekt
en eigi er á kveðið hér hversu mikið þeir gerðu. Frá því er sagt að fé
galst vel og sættir voru vel haldnar. Á Þórsnessþingi voru gjöld af
hendi innt. Halldór gaf Bolla sverð gott en Steinþór Ólafsson gaf

Þorleiki skjöld. Var það og góður gripur. Og var síðan slitið þinginu og þóttu hvorirtveggju hafa vaxið af þessum málum.

72. kafli - Ráðin utanferð Bolla

Eftir það er þeir höfðu sæst, Bolli og Þorleikur og Ólafssynir, og Þorleikur hafði verið einn vetur á Íslandi þá lýsti Bolli því að hann ætlaði utan.

Snorri latti þess og mælti: "Oss þykir mikið í hættu hversu þér tekst. En ef þig fýsir fleira að ráða en nú ræður þú þá vil eg fá þér staðfestu og gera þér bú og þar með fá þér í hendur mannaforræði og halda þér til virðingar í öllu. Vænti eg að það sé auðvelt því að flestir menn leggja góðan hug til þín."

Bolli svarar: "Það hefi eg lengi haft í hug mér að ganga suður um sinnsakir. Þykir maður við það fávís verða ef hann kannar ekki víðara en hér Ísland."

Og er Snorri sér það að Bolli hefir statt þetta fyrir sér að ekki mundi tjá að letja þá býður Snorri honum að hafa fé svo mikið sem hann vildi til ferðarinnar. Bolli játar því að hafa féið mikið "vil eg," segir hann, "engis manns miskunnarmaður vera hvorki hér né utanlendis."

Síðan ríður Bolli suður til Borgarfjarðar og til Hvítár og kaupir skip það hálft að þeim mönnum er það áttu. Eiga þeir bræður þá saman skipið. Ríður Bolli síðan vestur heim. Þau Bolli og Þórdís áttu eina dóttur. Sú hét Herdís. Þeirri mey bauð Guðrún til fósturs. Hún var þá veturgömul er hún fór til Helgafells. Þórdís var og löngum þar. Var Guðrún og allvel til hennar.

73. kafli - Utanferð þeirra bræðra

Nú fóru þeir bræður báðir til skips. Bolli hafði mikið fé utan. Þeir bjuggu nú skipið og er þeir voru albúnir létu þeir í haf. Þeim byrjaði ekki skjótt og höfðu útivist langa, tóku um haustið Noreg og komu norður við Þrándheim. Ólafur konungur var austur í landi og sat í Víkinni og hafði hann þar efnað til vetursetu. Og er þeir bræður spurðu það að konungur mundi ekki koma norður til Þrándheims það haust þá segir Þorleikur að hann vill leita austur með landi og á fund Ólafs konungs.

Bolli svarar: "Lítið er mér um það að rekast milli kaupstaða á haustdegi. Þykir mér það mikil nauð og ófrelsi. Vil eg hér sitja veturlangt í bænum. Er mér sagt að konungur mun koma norður í vor en ef hann kæmi eigi þá mun eg ekki letja að við förum á hans fund."

Bolli ræður þessu. Ryðja þeir nú skip sitt og taka sér bæjarsetu. Brátt fannst það að Bolli mundi vera maður framgjarn og vildi vera fyrir öðrum mönnum. Honum tókst og svo því að maðurinn var örlátur. Fékk hann brátt mikla virðing í Noregi. Bolli hélt sveit um veturinn í Þrándheimi og var auðkennt hvar sem hann gekk til skytninga að menn hans voru betur búnir að klæðum og vopnum en annað bæjarfólk. Hann skaut og einn fyrir sveitunga sína alla þá er þeir sátu í skytningum. Þar eftir fór annað örlæti hans og stórmennska. Eru þeir bræður nú í bænum um veturinn.

Þenna vetur sat Ólafur konungur austur í Sarpsborg og það spurðist austan að konungs var ekki norður von. Snemma um vorið bjuggu þeir bræður skip sitt og fóru austur með landi. Tókst þeim greitt ferðin og komu austur til Sarpsborgar og fóru þegar á fund Ólafs konungs. Fagnar konungur vel Þorleiki hirðmanni sínum og hans förunautum. Síðan spurði konungur hver sá væri hinn vörpulegi maður er í göngu var með Þorleiki.

En hann svarar: "Sá er bróðir minn og heitir Bolli."

"Að vísu er hann skörulegur maður," segir konungur.

Eftir það bauð konungur þeim bræðrum að vera með sér. Taka þeir það með þökkum og eru þeir með konungi um vorið. Er konungur vel til Þorleiks sem fyrr en þó mat hann Bolla miklu meira því að konungi þótti hann mikið afbragð annarra manna.

Og er á leið vorið þá ræða þeir bræður um ferðir sínar. Spurði Þorleikur hvort Bolli vilji fara út til Íslands um sumarið "eða viltu vera í Noregi lengur?"

Bolli svarar: "Eg ætla mér hvorki og er það satt að segja að eg hafði það ætlað þá er eg fór af Íslandi að eigi skyldi að spyrja til mín í öðru húsi. Vil eg nú frændi að þú takir við skipi okkru."

Þorleiki þótti mikið ef þeir skulu skilja "en þú Bolli munt þessu ráða sem öðru."

Þessa sömu ræðu báru þeir fyrir konung en hann svarar á þá leið: "Viltu ekki Bolli dveljast með oss lengur?" segir konungur. "Þætti mér hinn veg best er þú dveldist með mér um hríð. Mun eg veita þér þvílíka nafnbót sem eg veitti Þorleiki bróður þínum."

Þá svarar Bolli: "Allfús væri eg herra að bindast yður á hendur en fara vil eg fyrst þangað sem eg hefi áður ætlað og mig hefir lengi til fýst en þenna kost vil eg gjarna taka ef mér verður afturkomu auðið."

"Þú munt ráða ferðum þínum Bolli," segir konungur, "því að þér eruð um flest einráðir Íslendingar. En þó mun eg því orði á lúka að mér þykir þú Bolli hafa komið merkilegastur maður af Íslandi um mína daga."

Og er Bolli hafði fengið orlof af konungi þá býst hann til ferðar og gekk á kugg einn er ætlaði suður til Danmerkur. Hann hafði og mikið fé með sér. Fóru og nokkurir menn með honum af hans förunautum. Skildust þeir Ólafur konungur með mikilli vináttu. Veitti konungur Bolla góðar gjafar að skilnaði. Þorleikur var þá eftir með Ólafi konungi. En Bolli fór ferðar sinnar þar til er hann kemur suður til Danmerkur. Hann er þar um veturinn í Danmörku og fékk þar mikinn sóma af ríkum mönnum. Hann hélt sig og þar að engu óríkmannlegar en þá er hann var í Noregi. Og er Bolli hafði verið einn vetur í Danmörku þá byrjar hann ferð sína út í lönd og léttir eigi fyrr ferðinni en hann kemur út í Miklagarð. Hann var litla hríð þar áður hann kom sér í Væringjasetu. Höfum vér ekki heyrt

173

frásagnir að neinn Norðmaður hafi fyrr gengið á mála með Garðskonungi en Bolli Bollason. Var hann í Miklagarði mjög marga vetur og þótti hinn hraustasti maður í öllum mannraunum og gekk jafnan næst hinum fremstum. Þótti Væringjum mikils vert um Bolla meðan hann var í Miklagarði.

74. kafli - Utanferð Þorkels

Nú er þar til máls að taka að Þorkell Eyjólfsson situr í búi sínu og í höfðingsskap sínum. Gellir son þeirra Guðrúnar óx upp heima þar. Hann var snemma drengilegur maður og vinsæll.

Það er sagt eitt sinn að Þorkell sagði Guðrúnu draum sinn.

"Það dreymdi mig," segir hann, "að eg þóttist eiga skegg svo mikið að tæki um allan Breiðafjörð."

Þorkell bað hana ráða drauminn.

Guðrún spurði: "Hvað ætlar þú þenna draum þýða?"

"Auðsætt þykir mér það að þar mun standa ríki mitt um allan Breiðafjörð."

"Vera má að svo sé," segir Guðrún, "en heldur mundi eg ætla að þar mundir þú drepa skeggi í Breiðafjörð niður."

Það sama sumar setur Þorkell fram skip sitt og býr til Noregs. Gellir son hans var þá tólf vetra gamall. Hann fór utan með föður sínum. Þorkell lýsir því að hann ætlar að sækja sér kirkjuvið og siglir þegar á haf er hann var búinn. Hann hafði hægja útivist og eigi allskamma. Taka þeir Noreg norðarla. Þá sat Ólafur konungur í Þrándheimi. Þorkell sótti þegar á fund Ólafs konungs og með honum Gellir son hans. Þeir fengu þar góðar viðtökur. Svo var Þorkell mikils metinn af konungi þann vetur að það er alsagt að konungur gaf honum eigi minna fé en tíu tigi marka brennds silfurs. Konungur gaf Gelli að jólum skikkju og var það hin mesta gersemi og ágætur gripur. Þann vetur lét Ólafur konungur gera kirkju í bænum af viði. Var það stofnað allmikið musteri og vandað allt til. Um vorið var viður sá til skips fluttur er konungur gaf Þorkatli. Var sá viður bæði mikill og góður því að Þorkell gekk nær.

Það var einn morgun snemma að konungur gekk út við fá menn. Hann sá mann uppi á kirkju þeirri er í smíð var þar í bænum. Hann undraðist þetta mjög því að morgni var minnur fram komið en smiðar voru vanir upp að standa. Konungur kenndi manninn. Var þar Þorkell Eyjólfsson og lagði mál við öll hin stærstu tré, bæði bita og staflægjur og uppstöðutré.

Konungur sneri þegar þangað til og mælti: "Hvað er nú Þorkell, ætlar þú hér eftir að semja kirkjuvið þann er þú flytur til Íslands?"

Þorkell svarar: "Satt er það herra."

Þá mælti Ólafur konungur: "Högg þú af tvær alnar hverju stórtré og mun sú kirkja þó ger mest á Íslandi."

Þorkell svarar: "Tak sjálfur við þinn ef þú þykist ofgefið hafa eða þér leiki afturmund að en eg mun ekki alnarkefli af honum höggva. Mun eg bæði til hafa atferð og eljun að afla mér annan við."

Þá segir konungur og allstillilega: "Bæði er Þorkell að þú ert mikils verður enda gerist þú nú allstór því að víst er það ofsi einum bóndasyni að keppast við oss. En eigi er það satt að eg fyrirmuni þér viðarins ef þér verður auðið að gera þar kirkju af því að hún verður eigi svo mikil að þar muni of þitt allt inni liggja. En nær er það mínu hugboði að menn hafi litla nytsemd viðar þessa og fari því firr að þú getir gert neitt mannvirki úr viðinum."

Eftir það skilja þeir ræðuna. Snýr konungur í brott og fannst það á að honum þótti verr er Þorkell vildi að engu hafa það er hann lagði til. Lét konungur það þó ekki við veðri komast. Skildust þeir Þorkell með miklum kærleik. Stígur Þorkell á skipfjöl og lætur í haf. Þeim byrjaði vel og voru ekki lengi úti. Þorkell kom skipi sínu í

Hrútafjörð. Hann reið brátt frá skipi og heim til Helgafells. Allir menn urðu honum fegnir. Hafði Þorkell fengið mikinn sóma í þessi ferð. Hann lét upp setja skip sitt og um búa og fékk kirkjuviðinn til varðveislu þar er vel var kominn því að eigi varð norðan fluttur um haustið því að hann átti starfsamt jafnan. Þorkell situr nú heima um veturinn í búi sínu. Hann hafði jóladrykkju að Helgafelli og var þar fjöl- menni mikið. Og með öllu hafði hann mikla rausn þann vetur en Guðrún latti þess ekki og sagði til þess fé nýtt vera að menn mikluðu sig af og það mundi og á framreitum er Guðrúnu skyldi til fá um alla stórmennsku. Þorkell miðlaði marga góða gripi þann vetur vinum sínum, er hann hafði út haft.

75. kafli - Viðurtal Halldórs og Þorkels

Þenna vetur eftir jól bjóst Þorkell heiman norður til Hrútafjarðar að flytja norðan viðu sína. Ríður hann fyrst inn í Dali og þaðan í Ljárskóga til Þorsteins frænda síns og aflar sér manna og hrossa. Hann fer síðan norður til Hrútafjarðar og dvelst þar um hríð og hefir ætlan á um ferðina, safnar að sér hestum þar um fjörð því að hann vildi eigi fleiri farar að gera ef svo mætti takast. Varð þetta ekki skjótt. Þorkell var í starfi þessu fram á langaföstu. Hann kemur þessu starfi til vegar. Hann dró viðinn norðan meir en á tuttugu hestum og lætur liggja viðinn á Ljáeyri. Síðan ætlaði hann að flytja á skipi út til Helgafells. Þorsteinn átti ferju mikla og ætlaði Þorkell það skip að hafa þá er hann færi heimleiðis. Þorkell var í Ljárskógum um föstuna því að ástúðigt var með þeim frændum. Þorsteinn ræddi við Þorkel að það mundi vel hent að þeir færu í Hjarðarholt: "Vil eg fala land að Halldóri því að hann hefir lítið lausafé síðan hann galt þeim Bollasonum í föðurbætur. En það land er svo að eg vildi helst eiga."

Þorkell bað hann ráða. Fara þeir heiman og voru saman vel tuttugu menn. Þeir koma í Hjarðarholt. Tók Halldór vel við þeim og var hinn málreifasti. Fátt var manna heima því að Halldór hafði sent menn norður í Steingrímsfjörð. Þar hafði komið hvalur er hann átti í. Beinir hinn sterki var heima. Hann einn lifði þá þeirra manna er verið höfðu með Ólafi föður hans.

Halldór hafði mælt til Beinis þegar er hann sá reið þeirra Þorsteins: "Gerla sé eg erindi þeirra frænda. Þeir munu fala land mitt að mér og ef svo er þá munu þeir heimta mig á tal. Þess get eg að á sína hönd mér setjist hvor þeirra. Og ef þeir bjóða mér nokkurn ómaka þá vertu eigi seinni að ráða til Þorsteins en eg til Þorkels. Hefir þú lengi verið trúr oss frændum. Eg hefi og sent á hina næstu bæi eftir mönnum. Vildi eg að það hæfðist mjög á að lið það kæmi og vér slitum talinu."

Og er á leið daginn ræddi Þorsteinn við Halldór að þeir skyldu ganga allir saman á tal, "eigum við erindi við þig."

Halldór kvað það vel fallið. Þorsteinn mælti við förunauta sína að ekki þyrftu þeir að ganga með þeim en Beinir gekk með þeim ekki að síður því að honum þótti mjög eftir því fara sem Halldór gat til. Þeir gengu mjög langt á brott í túnið. Halldór hafði yfir sér samda skikkju og á nist löng sem þá var títt. Halldór settist niður á völlinn en á sína hönd honum hvor þeirra frænda og þeir settust nálega á skikkjuna en Beinir stóð yfir þeim og hafði öxi mikla í hendi.

Þá mælti Þorsteinn: "Það er erindi mitt hingað að eg vil kaupa land að þér. Legg eg þetta því nú til umræðu að nú er Þorkell frændi minn við. Þætti mér okkur þetta vel hent því að mér er sagt að þú hafir ónógleg lausafé en land dýrt undir. Mun eg gefa þér í móti þá staðfestu að sæmileg sé og þar í milli sem við verðum á sáttir."

Halldór tók ekki svo fjarri í fyrstu og inntust þeir til um kaupakosti. Og er þeim þótti hann ekki fjarri taka þá felldi Þorkell sig mjög við umræðuna og vildi saman færa með þeim kaupið. Halldór dró þá heldur fyrir þeim en þeir sóttu eftir því fastara og þar kom um síðir að þess firr var er þeir gengu nær.

Þá mælti Þorkell: "Sérð þú eigi Þorsteinn frændi hversu þetta fer? Hann hefir þetta mál dregið fyrir oss í allan dag en vér höfum setið hér að hégóma hans og ginningum. Nú ef þér er hugur á landkaupi þá munum vér verða að ganga nær."

Þorsteinn kvaðst þá vilja vita sinn hluta, bað nú Halldór úr skugga

177

ganga hvort hann vildi unna honum landkaupsins.

Halldór svarar: "Eg ætla að ekki þurfi að fara myrkt um það að þú munt kauplaust heim fara í kveld."

Þá segir Þorsteinn: "Eg ætla og ekki þurfa að fresta því að kveða það upp er fyrir er hugað að þér eru tveir kostir hugðir því að vér þykjumst eiga undir oss hærra hlut fyrir liðsmunar sakir. Er sá kostur annar að þú ger þetta mál með vild og haf þar í mót vinfengi vort en sá er annar að sýnu er verri að þú rétt nauðigur fram höndina og handsala mér Hjarðarholtsland."

En þá er Þorsteinn mælti svo framt þá sprettur Halldór upp svo hart að nistin rifnaði af skikkjunni og mælti: "Verða mun annað fyrr en eg mæli það er eg vil eigi."

"Hvað mun það?" spyr Þorsteinn.

"Bolöx mun standa í höfði þér af hinum versta manni og steypa svo ofsa þínum og ójafnaði."

Þorkell svarar: "Þetta er illa spáð og væntum vér að eigi gangi eftir og ærnar kalla eg nú sakar til þótt þú Halldór látir land þitt og hafir eigi fé fyrir."

Þá svarar Halldór: "Fyrr muntu spenna um þöngulshöfuð á Breiðafirði en eg handsali nauðigur land mitt."

Halldór gengur nú heim eftir þetta. Þá drífa menn að bænum, þeir er hann hafði eftir sent. Þorsteinn var hinn reiðasti og vildi þegar veita Halldóri atgöngu.

Þorkell bað hann eigi það gera "og er það hin mesta óhæfa á slíkum tíðum en þegar þessi stund líður af þá mun eg ekki letja að oss lendi saman."

Halldór kvaðst það ætla að hann mundi aldrei vanbúinn við þeim.

178

Eftir þetta riðu þeir í brott og ræddu margt um ferð þessa með sér.
Þorsteinn mælti, kvað það satt vera að þeirra ferð var hin dálegsta
"eða hví varð þér svo bilt Þorkell frændi að ráða til Halldórs og
gera honum nokkura skömm?"

Þorkell svarar: "Sástu eigi Beini er hann stóð yfir þér með reidda
öxina? Og var það hin mesta ófæra því að þegar mundi hann keyra
öxina í höfuð þér er eg gerði mig líklegan til nokkurs."

Ríða þeir nú heim í Ljárskóga. Líður nú föstunni og kemur hin
efsta vika.

76. kafli - Drukknan Þorkels

Skírdag snemmendis um morguninn býst Þorkell til ferðar.
Þorsteinn latti þess mjög "því að mér líst veður ótrúlegt," sagði
hann.

Þorkell kvað veður duga mundu hið besta "og skaltu nú ekki letja
mig frændi því að eg vil heim fyrir páskana."

Nú setur Þorkell fram ferjuna og hlóð. Þorsteinn bar jafnskjótt af
utan sem Þorkell hlóð og þeir förunautar hans.

Þá mælti Þorkell: "Hættu nú frændi og heft ekki ferð vora. Eigi
færð þú nú ráðið þessu að sinni."

Þorsteinn svarar: "Sá okkar mun nú ráða er verr mun gegna og mun
til mikils draga um ferð þessa."

Þorkell bað þá heila hittast.

Gengur Þorsteinn nú heim og er ókátur mjög. Hann gengur til
stofu og biður leggja undir höfuð sér og svo var gert. Griðkonan sá
að tárin runnu ofan á hægindið úr augum honum. En litlu síðar
kom vindsgnýr mikill á stofuna.

179

Þá mælti Þorsteinn: "Þar megum vér nú heyra gnýja bana Þorkels frænda."

Nú er að segja frá ferð þeirra Þorkels. Þeir sigla um daginn út eftir Breiðafirði og voru tíu á skipi. Veðrið tók að hvessa mjög og gerði hinn mesta storm áður létti. Þeir sóttu knálega ferðina og voru þeir menn hinir röskustu. Þorkell hafði með sér sverðið Sköfnung og var það í stokki. Þeir Þorkell sigla þar til er þeir komu að Bjarnarey. Sáu menn ferðina af hvorutveggja landinu. En er þeir voru þar komnir þá laust hviðu í seglið og hvelfdi skipinu. Þorkell drukknaði þar og allir þeir menn er með honum voru. Viðuna rak víða um eyjar. Hornstafina rak í þá ey er Stafey heitir síðan. Sköfnungur var festur við innviðuna í ferjunni. Hann hittist við Sköfnungsey.

En það sama kveld er þeir Þorkell höfðu drukknað um daginn varð sá atburður að Helgafelli að Guðrún gekk til kirkju þá er menn voru farnir í rekkjur og er hún gekk í kirkjugarðshliðið þá sá hún draug standa fyrir sér.

Hann laut yfir hana og mælti: "Mikil tíðindi Guðrún," sagði hann.

Guðrún svarar: "Þegi þú yfir þeim þá, armi."

Gekk Guðrún til kirkju svo sem hún hafði áður ætlað og er hún kom til kirkjunnar þá þóttist hún sjá að þeir Þorkell voru heim komnir og stóðu úti fyrir kirkju. Hún sá að sjár rann úr klæðum þeirra. Guðrún mælti ekki við þá og gekk inn í kirkju og dvaldist þar slíka hríð sem henni sýndist. Gengur hún síðan inn til stofu því að hún ætlaði að þeir Þorkell mundu þangað gengnir. Og er hún kom í stofuna þá var þar ekki manna. Þá brá Guðrúnu mjög í brún um atburð þenna allan jafnsaman.

Föstudag hinn langa sendi Guðrún menn sína að forvitnast um ferðir þeirra Þorkels, suma inn á Strönd en suma um eyjar. Var þá rekinn víða kominn um eyjarnar og svo til hvorrartveggju strandar. Þvottdaginn fyrir páska spurðust tíðindin og þóttu vera mikil því að Þorkell hafði verið mikill höfðingi. Þorkell hafði átta vetur hins fimmta tigar þá er hann drukknaði en það var fjórum vetrum fyrr en hinn heilagi Ólafur konungur féll. Guðrúnu þótti mikið fráfall Þorkels en bar þó skörulega af sér. Fátt eina náðist af kirkjuviðinum.

Gellir var þá fjórtán vetra gamall. Hann tók þá til búsumsýslu með móður sinni og tók við mannaforráði. Var það brátt auðsætt á honum að hann var vel til fallinn til fyrirmanns. Guðrún gerðist trúkona mikil. Hún nam fyrst kvenna saltara á Íslandi. Hún var löngum um nætur að kirkju á bænum sínum. Herdís Bolladóttir fór jafnan með henni um næturnar. Guðrún unni mikið Herdísi.

Það er sagt einhverja nótt að meyna Herdísi dreymdi að kona kæmi að henni. Sú var í vefjarskikkju og faldin höfuðdúki. Ekki sýndist henni konan svipleg.

Hún tók til orða: "Seg þú það ömmu þinni að mér hugnar illa við hana því að hún bröltir allar nætur á mér og fellir á mig dropa svo heita að eg brenn af öll. En því segi eg þér til þessa að mér líkar til þín nokkuru betur en þó svífur enn nokkuð kynlegt yfir þig. En þó mundi eg við þig semja ef mér þætti eigi meiri bóta vant þar sem Guðrún er."

Síðan vaknaði Herdís og sagði Guðrúnu drauminn. Guðrúnu þótti góður fyrirburðurinn. Um morguninn eftir lét Guðrún taka upp fjalar úr kirkjugólfinu þar sem hún var vön að falla á knébeð. Hún lét grafa þar niður í jörð. Þar fundust undir bein. Þau voru blá og illileg. Þar fannst og kinga og seiðstafur mikill. Þóttust menn þá vita að þar mundi verið hafa völuleiði nokkuð. Voru þau bein færð langt í brott þar sem síst var manna vegur.

77. kafli - Útkoma Bolla Bollasonar

Þá er fjórir vetur voru liðnir frá drukknun Þorkels Eyjólfssonar þá kom skip í Eyjafjörð. Það átti Bolli Bollason. Voru þar á flestir norrænir hásetar. Bolli hafði mikið fé út og marga dýrgripi er höfðingjar höfðu gefið honum. Bolli var svo mikill skartsmaður er hann kom út úr för þessi að hann vildi engi klæði bera nema skarlatsklæði og pellsklæði og öll vopn hafði hann gullbúin. Hann

181

var kallaður Bolli hinn prúði. Hann lýsti því fyrir skipverjum sínum að hann ætlaði vestur til héraða sinna og fékk skip sitt og varnað í hendur skipverjum sínum. Bolli ríður frá skipi við tólfta mann. Þeir voru allir í skarlatsklæðum, fylgdarmenn Bolla, og riðu í gylltum söðlum. Allir voru þeir listulegir menn en þó bar Bolli af. Hann var í pellsklæðum er Garðskonungur hafði gefið honum. Hann hafði ysta skarlatskápu rauða. Hann var gyrður Fótbít og voru að honum hjölt gullbúin og meðalkaflinn gulli vafiður. Hann hafði gylltan hjálm á höfði og rauðan skjöld á hlið og ádreginn riddari með gulli. Hann hafði glaðel í hendi sem títt er í útlöndum. Og hvar sem þeir tóku gistingar þá gáðu konur engis annars en horfa á Bolla og skart hans og þeirra félaga. Með slíkri kurteisi ríður Bolli vestur í sveitir allt þar til er hann kom til Helgafells með liði sínu. Varð Guðrún allfegin Bolla syni sínum. Dvaldist Bolli þar eigi lengi áður hann reið inn í Sælingsdalstungu og hittir Snorra mág sinn og Þórdísi konu sína. Varð þar mikill fagnafundur. Snorri bauð Bolla til sín með svo marga menn sem hann vildi. Bolli þekkist það og er hann með Snorra um veturinn og þeir menn sem norðan riðu með honum. Bolli varð frægur af ferð þessi. Snorri lagði eigi minni stund nú á að veita Bolla með allri blíðu en fyrr er hann var með honum.

78. kafli - Andlát Snorra goða

En er Bolli hafði verið einn vetur á Íslandi þá tók Snorri goði sótt. Sú sótt fór ekki ótt. Snorri lá mjög lengi og er sóttin óx heimti Snorri til sín frændur sína og nauðleytamenn.

Þá mælti hann til Bolla: "Það er vilji minn að þú takir hér við búi og mannaforræði eftir dag minn. Ann eg þér eigi verr virðingar en mínum sonum. Er sá og nú minn sonur eigi hér á landi er eg hygg að þeirra verði mestur maður, er Halldór er."

Síðan andaðist Snorri. Hann hafði þá sjö vetur hins sjöunda tigar. Það var einum vetri eftir fall Ólafs konungs hins helga. Svo sagði Ari prestur hinn fróði.

Snorri var í Tungu grafinn. Bolli og Þórdís tóku við búi í Tungu sem Snorri hafði mælt. Létu synir Snorra sér það vel líka. Varð Bolli mikilhæfur maður og vinsæll.

Herdís Bolladóttir óx upp að Helgafelli og var hún allra kvenna vænst. Hennar bað Ormur son Hermundar Illugasonar og var hún gefin honum. Þeirra son var Koðrán er átti Guðrúnu Sigmundardóttur. Sonur Koðráns var Hermundur er átti Úlfeiði dóttur Runólfs Ketilssonar biskups. Þeirra synir voru Ketill er ábóti var að Helgafelli og Hreinn og Koðrán og Styrmir. Dóttir þeirra var Þórvör er átti Skeggi Brandsson og er þaðan komið Skógverjakyn.

Óspakur hét son Bolla og Þórdísar. Dóttir Óspaks var Guðrún er átti Þórarinn Brandsson. Þeirra son var Brandur er setti stað að Húsafelli. Hans son var Sighvatur prestur er þar bjó lengi.

Gellir Þorkelsson kvongaðist. Hann fékk Valgerðar dóttur Þorgils Arasonar af Reykjanesi. Gellir fór utan og var með Magnúsi konungi hinum góða og þá af honum tólf aura gulls og mikið fé annað. Synir Gellis voru þeir Þorkell og Þorgils. Sonur Þorgils var Ari hinn fróði. Son Ara hét Þorgils. Hans son var Ari hinn sterki.

Nú tekur Guðrún mjög að eldast og lifði við slíka harma sem nú var frá sagt um hríð. Hún var fyrst nunna á Íslandi og einsetukona. Er það og almæli að Guðrún hafi verið göfgust jafnborinna kvenna hér á landi.

Frá því er sagt eitthvert sinn að Bolli kom til Helgafells því að Guðrúnu þótti ávallt gott er hann kom að finna hana. Bolli sat hjá móður sinni löngum og varð þeim margt talað.

Þá mælti Bolli: "Muntu segja mér það móðir að mér er forvitni á að vita? Hverjum hefir þú manni mest unnt?"

Guðrún svarar: "Þorkell var maður ríkastur og höfðingi mestur en engi var maður gervilegri en Bolli og albetur að sér. Þórður Ingunnarson var maður þeirra vitrastur og lagamaður mestur. Þorvalds get eg að engu."

Þá segir Bolli: "Skil eg þetta gerla hvað þú segir mér frá því hversu hverjum var farið bænda þinna en hitt verður enn ekki sagt hverjum þú unnir mest. Þarftu nú ekki að leyna því lengur."

Guðrún svarar: "Fast skorar þú þetta sonur minn," segir Guðrún, "en ef eg skal það nokkurum segja þá mun eg þig helst velja til þess."

Bolli bað hana svo gera.

Þá mælti Guðrún: "Þeim var eg verst er eg unni mest."

"Það hyggjum vér," svarar Bolli, "að nú sé sagt alleinarðlega" og kvað hana vel hafa gert er hún sagði þetta er hann forvitnaði.

Guðrún varð gömul kona og er það sögn manna að hún yrði sjónlaus. Guðrún andaðist að Helgafelli og þar hvílir hún.

Gellir Þorkelsson bjó að Helgafelli til elli og er margt merkilegt frá honum sagt. Hann kemur og við margar sögur þótt hans sé hér lítt getið. Hann lét gera kirkju að Helgafelli virðulega mjög, svo sem Arnór jarlaskáld vottar í erfidrápu þeirri er hann orti um Gelli og kveður þar skýrt á þetta. Og er Gellir var nokkuð hniginn á hinn efra aldur þá býr hann ferð sína af Íslandi. Hann kom til Noregs og dvaldist þar eigi lengi, fer þegar af landi á brott og gengur suður til Róms, sækir heim hinn helga Pétur postula. Hann dvelst í þeirri ferð mjög lengi, fer síðan sunnan og kemur í Danmörk. Þá tekur hann sótt og lá mjög lengi og fékk alla þjónustu. Síðan andaðist hann og hvílir í Hróiskeldu. Gellir hafði haft Sköfnung með sér og náðist hann ekki síðan. En hann hafði verið tekinn úr haugi Hrólfs kraka. Og er andlát Gellis spurðist til Íslands þá tók Þorkell son hans við föðurleifð sinni að Helgafelli en Þorgils, annar son Gellis, drukknaði ungur á Breiðafirði og allir þeir er á skipi voru með honum. Þorkell Gellisson var hið mesta nytmenni og var sagður manna fróðastur.

Bolla þáttur Bollasonar

79. kafli - Af Bolla Bollasyni

Í þann tíma er Bolli Bollason bjó í Tungu og nú var áður frá sagt þá bjó norður í Skagafirði á Miklabæ Arnór kerlingarnef son Bjarnar Þórðarsonar frá Höfða.

Þórður hét maður er bjó á Marbæli. Guðrún hét kona hans. Þau voru vel að sér og höfðu gnótt fjár. Son þeirra hét Ólafur og var hann ungur að aldri og allra manna efnilegastur. Guðrún kona Þórðar var náskyld Bolla Bollasyni. Var hún systrungur hans. Ólafur son þeirra Þórðar var heitinn eftir Ólafi þá í Hjarðarholti.

Þórður og Þorvaldur Hjaltasynir bjuggu að Hofi í Hjaltadal. Þeir voru höfðingjar miklir.

Maður hét Þórólfur og var kallaður stertimaður. Hann bjó í Þúfum. Hann var óvinveittur í skapi og æðimaður mikill. Hann átti griðung grán, ólman. Þórður af Marbæli var í förum með Arnóri. Þórólfur stærimaður átti frændkonu Arnórs en hann var þingmaður Hjaltasona. Hann átti illt við búa sína og lagði það í vanda sinn. Kom það mest til þeirra Marbælinga. Graðungur hans gerði mönnum margt mein þá er hann kom úr afréttum. Meiddi hann fé manna en gekk eigi undan grjóti. Hann braut og andvirki og gerði margt illt.

Þórður af Marbæli hitti Þórólf að máli og bað hann varðveita graðung sinn: "Viljum vér eigi þola honum ofríki."

Þórólfur lést eigi mundu sitja að fé sínu. Fer Þórður heim við svo búið.

Eigi miklu síðar getur Þórður að líta hvar graðungurinn hefir brotið niður torfstakka hans. Þórður hleypur þá til og hefir spjót í hendi og er boli sér það veður hann jörð svo að upp tekur um klaufir. Þórður leggur til hans svo að hann fellur dauður á jörð. Þórður hitti

185

Þórólf og sagði honum að boli var dauður.

"Þetta var lítið frægðarverk," svarar Þórólfur, "en gera mundi eg það vilja er þér þætti eigi betur."

Þórólfur var málóði og heitaðist í hverju orði.

Þórður átti heimanferð fyrir höndum. Ólafur sonur hans var þá sjö vetra eða átta. Hann fór af bænum með leik sínum og gerði sér hús sem börnum er títt en Þórólfur kom þar að honum. Hann lagði sveininn í gegnum með spjóti. Síðan fór hann heim og sagði konu sinni.

Hún svarar: "Þetta er illt verk og ómannlegt. Mun þér þetta illu reifa."

En er hún tók á honum þungt þá fór hann í brott þaðan og létti eigi fyrr en hann kom á Miklabæ til Arnórs. Fréttust þeir tíðinda.

Þórólfur segir honum víg Ólafs: "Sé eg þar nú til trausts sem þér eruð sakir mágsemdar."

"Eigi ferð þú sjáandi eftir um þenna hlut," sagði Arnór, "að eg muni virða meira mágsemd við þig en virðing mína og sæmd, og ásjá áttu hér engrar von af mér."

Fór Þórólfur upp eftir Hjaltadal til Hofs og fann þá Hjaltasonu og sagði þeim hvar komið var hans máli "og sé eg hér nú til ásjá sem þið eruð."

Þórður svarar: "Slíkt eru níðingsverk og mun eg enga ásjá veita þér um þetta efni."

Þorvaldur varð um fár. Fær Þórólfur ekki af þeim að sinni.

Reið hann í brott og upp eftir Hjaltadal til Reykja, fór þar í laug. En um kveldið reið hann ofan aftur og undir virkið að Hofi og ræddist við einn saman svo sem annar maður væri fyrir og kveddi hann og frétti hver þar væri kominn.

"Eg heiti Þórólfur," kvað hann.

"Hvert varstu farinn eða hvað er þér á höndum?" spyr launmaðurinn.

Þórólfur segir tilfelli þessi öll eftir því sem voru: "Það eg Hjaltasonu ásjár," segir hann, "sakir nauðsynja minna."

Þessi svarar er fyrir skyldi vera: "Gengið er nú þaðan er þeir gerðu erfið það hið fjölmenna er tólf hundruð manna sátu að og ganga slíkir höfðingjar mjög saman er nú vilja eigi veita einum manni nokkura ásjá."

Þorvaldur var úti staddur og heyrði talið. Hann gengur þangað til og tók í tauma hestsins og bað hann af baki stíga "en þó er eigi virðingarvænlegt við þig að eiga fyrir sakir fólsku þinnar."

80. kafli - Af Þórólfi sterti

Nú er að segja frá Þórði er hann kom heim og frá víg sonar síns og harmaði það mjög.

Guðrún kona hans mælti: "Það er þér ráð að lýsa vígi sveinsins á hönd Þórólfi en eg mun ríða suður til Tungu og finna Bolla frænda minn og vita hvern styrk hann vill veita okkur til eftirmáls."

Þau gerðu svo. Og er Guðrún kom í Tungu fær hún þar viðtökur góðar. Hún segir Bolla víg Ólafs sonar síns og beiddi að hann tæki við eftirmálinu.

Hann svarar: "Eigi þykir mér þetta svo hæglegt að seilast til sæmdar í hendur þeim Norðlendingum. Fréttist mér og svo til sem maðurinn muni þar niður kominn að ekki muni hægt eftir að leita."

Bolli tók þó við málinu um síðir og fór Guðrún norður og kom heim. Hún sagði Þórði bónda sínum svo sem nú var komið og líður nú svo fram um hríð.

Eftir jól um veturinn var lagður fundur í Skagafirði að Þverá og stefndi Þorvaldur þangað Guðdala-Starra. Hann var vinur þeirra bræðra. Þorvaldur fór til þingsins við sína menn og er þeir komu fyrir Urðskriðuhóla þá hljóp úr hlíðinni ofan að þeim maður. Var þar Þórólfur. Réðst hann í ferð með þeim Þorvaldi.

Og er þeir áttu skammt til Þverár þá mælti Þorvaldur við Þórólf: "Nú skaltu hafa með þér þrjár merkur silfurs og sitja hér upp frá bænum að Þverá. Haf það að marki að eg mun snúa skildi mínum og að þér holinu ef þér er fritt og máttu þá fram ganga. Skjöldurinn er hvítur innan."

Og er Þorvaldur kom til þingsins hittust þeir Starri og tóku tal saman.

Þorvaldur mælti: "Svo er mál með vexti að eg vil þess beiða að þú takir við Þórólfi stærimanni til varðveislu og trausts. Mun eg fá þér þrjár merkur silfurs og vináttu mína."

"Þar er sá maður," svarar Starri, "er mér þykir ekki vinsæll og óvíst að honum fylgi hamingja. En sakir okkars vinskapar þá vil eg við honum taka."

"Þá gerir þú vel," segir Þorvaldur.

Sneri hann þá skildinum og frá sér hvolfinu og er Þórólfur sér það gengur hann fram og tók Starri við honum. Starri átti jarðhús í Guðdölum því að jafnan voru með honum skógarmenn. Átti hann og nokkuð sökótt.

81. kafli - Af Bolla

Bolli Bollason býr til vígsmálið Ólafs. Hann býst heiman og fer norður til Skagafjarðar við þrjá tigi manna. Hann kemur á Miklabæ og er honum þar vel fagnað.

Segir hann hversu af stóð um ferðir hans: "Ætla eg að hafa fram vígsmálið nú á Hegranessþingi á hendur Þórólfi stærimanni. Vildi eg að þú værir mér um þetta mál liðsinnaður."

Arnór svarar: "Ekki þykir mér þú Bolli vænt stefna út er þú sækir norður hingað, við slíka ójafnaðarmenn sem hér er að eiga. Munu þeir þetta mál meir verja með kappi en réttindum. En ærin nauðsyn þykir mér þér á vera. Munum vér og freista að þetta mál gangi fram."

Arnór dregur að sér fjölmenni mikið. Ríða þeir Bolli til þingsins. Þeir bræður fjölmenna mjög til Hegranessþings. Þeir hafa frétt um ferðir Bolla. Ætla þeir að verja málið. Og er menn koma til þingsins hefir Bolli fram sakir á hendur Þórólfi. Og er til varna var boðið gengu þeir til Þorvaldur og Starri við sveit sína og hugðu að eyða málinu fyrir Bolla með styrk og ofríki.

En er þetta sér Arnór gengur hann í milli með sína sveit og mælti: "Það er mönnum einsætt að færa hér eigi svo marga góða menn í vandræði sem á horfist að menn skuli eigi ná lögum um mál sín. Er og ófallið að fylgja Þórólfi um þetta mál. Muntu Þorvaldur og óliðdrjúgur verða ef reyna skal."

Þeir Þorvaldur og Starri sáu nú að málið mundi fram ganga því að þeir höfðu ekki liðsafla við þeim Arnóri og léttu þeir frá.

Bolli sekti Þórólf stærimann þar á Hegranessþingi um víg Ólafs frænda síns og fór við það heim. Skildust þeir Arnór með kærleikum. Sat Bolli í búi sínu.

82. kafli - Af Þorgrími

Þorgrímur hét maður. Hann átti skip uppi standanda í Hrútafirði. Þangað reið Starri og Þórólfur við honum.

Starri mælti við stýrimann: "Hér er maður að eg vil að þú takir við og flytjir utan og hér eru þrjár merkur silfurs er þú skalt hafa og þar með vináttu mína."

Þorgrímur mælti: "Á þessu þykir mér nokkur vandi hversu af hendi verður leyst. En við áskoran þína mun eg við honum taka. En þó þykir mér þessi maður vera ekki giftuvænlegur."

Þórólfur réðst nú í sveit með kaupmönnum en Starri ríður heim við svo búið.

Nú er að segja frá Bolla. Hann hugsar nú efni þeirra Þórólfs og þykir eigi verða mjög með öllu fylgt ef Þórólfur skal sleppa. Frétti hann nú að hann er til skips ráðinn. Bolli býst heiman. Setur hann hjálm á höfuð sér, skjöld á hlið. Spjót hafði hann í hendi en gyrður sverðinu Fótbít. Hann ríður norður til Hrútafjarðar og kom í það mund er kaupmenn voru albúnir. Var þá og vindur á kominn. Og er Bolli reið að búðardyrunum gekk Þórólfur út í því og hafði húðfat í fangi sér. Bolli bregður Fótbít og leggur í gegnum hann. Fellur Þórólfur á bak aftur í búðina inn en Bolli hleypur á hest sinn. Kaupmenn hljópu saman og að honum.

Bolli mælti: "Hitt er yður ráðlegast að láta nú vera kyrrt því að yður mun ofstýri verða að leggja mig við velli. En vera má að eg kvisti einnhvern yðvarn eða alla tvo áður eg er felldur."

Þorgrímur svarar: "Eg hygg að þetta sé satt."

Létu þeir vera kyrrt en Bolli reið heim og hefir sótt mikinn frama í þessi ferð. Fær hann af þessu virðing mikla og þótti mönnum farið skörulega, hefir sektan manninn í öðrum fjórðungi en síðan riðið einn saman í hendur óvinum sínum og drepið hann þar.

83. kafli - Viðurtal Guðmundar og Bolla

Um sumarið á alþingi fundust þeir Bolli og Guðmundur hinn ríki og töluðu margt.

Þá mælti Guðmundur: "Því vil eg lýsa Bolli að eg vil við slíka menn vingast sem þér eruð. Eg vil bjóða þér norður til mín til hálfs mánaðar veislu og þykir mér betur að þú komir."

Bolli svarar, að vísu vill hann þiggja sæmdir að slíkum manni og hét hann ferðinni.

Þá urðu og fleiri menn til að veita honum þessi vinganarmál. Arnór kerlingarnef bauð Bolla og til veislu á Miklabæ.

Maður hét Þorsteinn. Hann bjó að Hálsi. Hann var sonur Hellu-Narfa. Hann bauð Bolla til sín er hann færi norðan og Þórður af Marbæli bauð Bolla. Fóru menn af þinginu og reið Bolli heim.

Þetta sumar kom skip í Dögurðarnes og settist þar upp. Bolli tók til vistar í Tungu tólf kaupmenn. Voru þeir þar um veturinn og veitti Bolli þeim allstórmannlega. Sátu þeir um kyrrt fram yfir jól. En eftir jól ætlar Bolli að vitja heimboðanna norður og lætur hann þá járna hesta og býr ferð sína. Voru þeir átján í reið. Voru kaupmenn allir vopnaðir. Bolli reið í blárri kápu og hafði í hendi spjótið konungsnaut hið góða. Þeir ríða nú norður og koma á Marbæli til Þórðar. Var þar allvel við þeim tekið, sátu þrjár nætur í miklum fagnaði. Þaðan riðu þeir á Miklabæ til Arnórs og tók hann ágætlega vel við þeim. Var þar veisla hin besta.

Þá mælti Arnór: "Vel hefir þú gert Bolli er þú hefir mig heimsótt. Þykir mér þú hafa lýst í því við mig mikinn félagsskap. Skulu eigi eftir betri gjafir með mér en þú skalt þiggja mega. Mín vinátta skal þér og heimul vera. En nokkur grunur er mér á að þér séu eigi allir menn vinhollir í þessu héraði, þykjast sviptir vera sæmdum. Kemur það mest til þeirra Hjaltasona. Mun eg nú ráðast til ferðar með þér norður á Heljardalsheiði þá er þér farið héðan."

Bolli svarar: "Þakka vil eg yður Arnór bóndi alla sæmd er þér gerið til mín nú og fyrrum. Þykir mér og það bæta vorn flokk að þér ríðið með oss. En allt hugðum vér að fara með spekt um þessi héruð. En ef aðrir leita á oss þá má vera að vér leikum þá enn nokkuð í mót."

191

Síðan ræðst Arnór til ferðar með þeim og ríða nú veg sinn.

84. kafli

Nú er að segja frá Þorvaldi að hann tekur til orða við Þórð bróður sinn: "Vita muntu að Bolli fer héðra að heimboðum. Eru þeir nú að Arnórs átján saman og ætla norður Heljardalsheiði."

"Veit eg það," svarar Þórður.

Þorvaldur mælti: "Ekki er mér þó um það að Bolli hlaupi hér svo um horn oss að vér finnum hann eigi því að eg veit eigi hver minni sæmd hefir meir niður drepið en hann."

Þórður mælti: "Mjög ertu íhlutunarsamur og meir en eg vildi og ófarin mundi þessi ef eg réði. Þykir mér óvíst að Bolli sé ráðlaus fyrir þér."

"Eigi mun eg letjast láta," svarar Þorvaldur, "en þú munt ráða ferð þinni."

Þórður mælti: "Eigi mun eg eftir sitja ef þú ferð bróðir en þér munum vér eigna alla virðing þá er vér hljótum í þessi ferð, og svo ef öðruvís ber til."

Þorvaldur safnar að sér mönnum og verða þeir átján saman og ríða á leið fyrir þá Bolla og ætla að sitja fyrir þeim.

Þeir Arnór og Bolli ríða nú með sína menn og er skammt var í milli þeirra og Hjaltasona þá mælti Bolli til Arnórs: "Mun eigi það nú ráð að þér hverfið aftur? Hafið þér þó fylgt oss hið drengilegsta. Munu þeir Hjaltasynir ekki sæta fláráðum við mig."

Arnór mælti: "Eigi mun eg enn aftur hverfa því að svo er sem annar segi mér að Þorvaldur muni til þess ætla að hafa fund þinn. Eða hvað sé eg þar upp koma, blika þar eigi skildir við? Og munu þar vera Hjaltasynir. En þó mætti nú svo um búast að þessi þeirra ferð

192

yrði þeim til engrar virðingar en megi metast fjörráð við þig."

Nú sjá þeir Þorvaldur bræður að þeir Bolli eru hvergi liðfærri en
þeir og þykjast sjá ef þeir sýna nokkura óhæfu af sér að þeirra
kostur mundi mikið versna. Sýnist þeim það ráðlegast að snúa aftur
alls þeir máttu ekki sínum vilja fram koma.

Þá mælti Þórður: "Nú fór sem mig varði að þessi ferð mundi verða
hæðileg og þætti mér enn betra heima setið. Höfum sýnt oss í
fjandskap við menn en komið engu á leið."

Þeir Bolli ríða leið sína. Fylgir Arnór þeim upp á heiðina og skildi
hann eigi fyrr við þá en hallaði af norður. Þá hvarf hann aftur en
þeir riðu ofan eftir Svarfaðardal og komu á bæ þann er á Skeiði
heitir. Þar bjó sá maður er Helgi hét. Hann var ættsmár og illa í
skapi, auðigur að fé. Hann átti þá konu er Sigríður hét. Hún var
frændkona Þorsteins Hellu-Narfasonar. Hún var þeirra skörungur
meiri.

Þeir Bolli litu heygarð hjá sér. Stigu þeir þar af baki og kasta þeir
fyrir hesta sína og verja til heldur litlu en þó hélt Bolli þeim aftur að
heygjöfinni. "Veit eg eigi," segir hann, "hvert skaplyndi bóndi
hefir."

Þeir gáfu heyvöndul og létu hestana grípa í.

Á bænum heima gekk út maður og þegar inn aftur og mælti: "Menn
eru við heygarð þinn bóndi og reyna desjarnar."

Sigríður húsfreyja svarar: "Þeir einir munu þar menn vera að það
mun ráð að spara eigi hey við."

Helgi hljóp upp í óðafári og kvað aldrei hana skyldu þessu ráða að
hann léti stela heyjum sínum. Hann hleypur þegar sem hann sé
vitlaus og kemur þar að sem þeir áðu. Bolli stóð upp er hann leit
ferðina mannsins og studdist við spjótið konungsnaut.

193

Og þegar Helgi kom að honum mælti hann: "Hverjir eru þessir þjófarnir er mér bjóða ofríki og stela mig eign minni og rífa í sundur hey mitt fyrir faraskjóta sína?"

Bolli segir nafn sitt.

Helgi svarar: "Það er óliðlegt nafn og muntu vera óréttvís."

"Vera má að svo sé," segir Bolli, "en hinu skaltu mæta er réttvísi er í."

Bolli keyrði þá hestana frá heyinu og bað þá eigi æja lengur.

Helgi mælti: "Eg kalla yður hafa stolið mig þessu sem þér hafið haft og gert á hendur yður skóggangssök."

"Þú munt vilja bóndi," sagði Bolli, "að vér komum fyrir oss fébótum við þig og hafir þú eigi sakir á oss. Mun eg gjalda tvenn verð fyrir hey þitt."

"Það fer heldur fjarri," svarar hann, "mun eg framar á hyggja um það er vér skiljum."

Bolli mælti: "Eru nokkurir hlutir þeir bóndi er þú viljir hafa í sætt af oss?"

"Það þykir mér vera mega," svarar Helgi, "að eg vilji spjót það hið gullrekna er þú hefir í hendi."

"Eigi veit eg," sagði Bolli, "hvort eg nenni það til að láta. Hefi eg annað nokkuð heldur fyrir því ætlað. Máttu það og varla tala að beiðast vopns úr hendi mér. Tak heldur annað fé svo mikið að þú þykist vel haldinn af."

"Fjarri fer það," svarar Helgi, "er það og best að þér svarið slíku fyrir sem þér hafið til gert."

194

Síðan hóf Helgi upp stefnu og stefndi Bolla um þjófnað og lét varða skóggang. Bolli stóð og heyrði til og brosti við lítinn þann.

En er Helgi hafði lokið stefnunni mælti hann: "Nær fórstu heiman?"

Bolli sagði honum.

Þá mælti bóndi: "Þá tel eg þig hafa á öðrum alist meir en hálfan mánuð."

Helgi hefur þá upp aðra stefnu og stefnir Bolla um verðgang.

Og er því var lokið þá mælti Bolli: "Þú hefir mikið við Helgi og mun betur fallið að leika nokkuð í móti við þig."

Þá hefur Bolli upp stefnu og stefndi Helga um illmæli við sig og annarri stefnu um brekráð til fjár síns. Þeir mæltu förunautar hans að drepa skyldi skelmi þann. Bolli kvað það eigi skyldu. Bolli lét varða skóggang.

Hann mælti eftir stefnuna: "Þér skuluð færa heim húsfreyju Helga hníf og belti er eg sendi henni því að mér er sagt að hún hafi gott eina lagt til vorra haga."

Bolli ríður nú í brott en Helgi er þar eftir. Þeir Bolli koma til Þorsteins á Háls og fá þar góðar viðtökur. Er þar búin veisla fríð.

85. kafli

Nú er að segja frá Helga að hann kemur heim á Skeið og segir húsfreyju sinni hvað þeir Bolli höfðu við ást.

"Þykist eg eigi vita," segir hann, "hvað mér verður til ráðs að eiga við slíkan mann sem Bolli er en eg er málamaður engi. Á eg og ekki marga þá er mér muni að málum veita."

Sigríður húsfreyja svarar: "Þú ert orðinn mannfóli mikill, hefir átt við hina göfgustu menn og gert þig að undri. Mun þér og fara sem maklegt er að þú munt hér fyrir upp gefa allt fé þitt og sjálfan þig."

Helgi heyrði á orð hennar og þóttu ill vera en grunaði þó að satt mundi vera því að honum var svo farið að hann var vesalmenni og þó skapillur og heimskur. Sá hann sig engi færi hafa til leiðréttu en mælt sig í ófæru. Barst hann heldur illa af fyrir þetta allt jafnsaman.

Sigríður lét taka sér hest og reið að finna Þorstein frænda sinn Narfason og voru þeir Bolli þá komnir. Hún heimti Þorstein á mál og sagði honum í hvert efni komið var.

"Þó hefir slíkt illa til tekist," svarar Þorsteinn.

Hún sagði og hversu vel Bolli hafði boðið eða hversu heimsklega Helga fór.

Bað hún Þorstein eiga í allan hlut að þetta mál greiddist. Eftir það fór hún heim en Þorsteinn kom að máli við Bolla.

"Hvað er um vinur," segir hann, "hvort hefir Helgi af Skeiði sýnt fólsku mikla við þig? Vil eg biðja að þér leggið niður fyrir mín orð og virðið það engis því að ómæt eru þar afglapa orð."

Bolli svarar: "Það er víst að þetta er engis vert. Mun eg mér og ekki um þetta gefa."

"Þá vil eg," sagði Þorsteinn, "að þér gefið honum upp þetta fyrir mína skyld og hafið þar fyrir mína vináttu."

"Ekki mun þetta til neins voða horfa," sagði Bolli. "Lét eg mér fátt um finnast og bíður það vordaga."

Þorsteinn mælti: "Það mun eg sýna að mér þykir máli skipta að þetta gangi eftir mínum vilja. Eg vil gefa þér hest þann er bestur er hér í sveitum og eru tólf saman hrossin."

Bolli svarar: "Slíkt er allvel boðið en eigi þarftu að leggja hér svo mikla stund á. Eg gaf mér lítið um slíkt. Mun og lítið af verða þá er í dóm kemur."

"Það er sannast," sagði Þorsteinn, "að eg vil selja þér sjálfdæmi fyrir málið."

Bolli svarar: "Það ætla eg sannast að ekki þurfi um að leitast því að eg vil ekki sættast á þetta mál."

"Þá kýstu það er öllum oss gegnir verst," sagði Þorsteinn, "þótt Helgi sé lítils verður þá er hann þó í venslum bundinn við oss. Þá munum vér hann eigi upp gefa undir vopn yður síðan þú vilt engis mín orð virða. En að þeim atkvæðum að Helgi hafði í stefnu við þig líst mér það engi sæmdarauki þó að það sé á þing borið."

Skildu þeir Þorsteinn og Bolli heldur fálega. Ríður hann í brott og hans félagar og er ekki getið að hann sé með gjöfum í brott leystur.

86. kafli - Af Bolla

Bolli og hans förunautar komu á Möðruvöllu til Guðmundar hins ríka. Hann gengur í móti þeim með allri blíðu og var hinn glaðasti. Þar sátu þeir hálfan mánuð í góðum fagnaði.

Þá mælti Guðmundur til Bolla: "Hvað er til haft um það, hefir sundurþykki orðið með yður Þorsteini?"

Bolli kvað lítið til haft um það og tók annað mál.

Guðmundur mælti: "Hverja leið ætlar þú aftur að ríða?"

"Hina sömu," svarar Bolli.

Guðmundur mælti: "Letja vil eg yður þess því að mér er svo sagt að þið Þorsteinn hafið skilið fálega. Ver heldur hér með mér og ríð suður í vor og látum þá þessi mál ganga til vegar."

197

Bolli lést eigi mundu bregða ferðinni fyrir hót þeirra "en það hugði eg þá er Helgi fólið lét sem heimsklegast og mælti hvert óorðan að öðru við oss og vildi hafa spjótið konungsnaut úr hendi mér fyrir einn heyvöndul að eg skyldi freista að hann fengi ömbun orða sinna. Hefi eg og annað ætlað fyrir spjótinu að eg mundi heldur gefa þér og þar með gullhringinn þann er stólkonungurinn gaf mér. Hygg eg nú að gripirnir séu betur niður komnir en þá að Helgi hefði þá."

Guðmundur þakkaði honum gjafir þessar og mælti: "Hér munu smærri gjafir í móti koma en verðugt er."

Guðmundur gaf Bolla skjöld gulllagðan og gullhring og skikkju. Var í henni hið dýrsta klæði og búin öll þar er bæta þótti. Allir voru gripirnir mjög ágætir.

Þá mælti Guðmundur: "Illa þykir mér þú gera Bolli er þú vilt ríða um Svarfaðardal."

Bolli segir það ekki skaða munu. Riðu þeir í brott og skilja þeir Guðmundur við hinum mestum kærleikum. Þeir Bolli ríða nú veg sinn út um Galmarströnd.

Um kveldið komu þeir á þann bæ er að Krossum heitir. Þar bjó sá maður er Óttar hét. Hann stóð úti. Hann var sköllóttur og í skinnstakki. Óttar kvaddi þá vel og bauð þeim þar að vera. Það þiggja þeir. Var þar góður beini og bóndi hinn kátasti. Voru þeir þar um nóttina.

Um morguninn er þeir Bolli voru ferðar búnir þá mælti Óttar: "Vel hefir þú gert Bolli er þú hefir sótt heim bæ minn. Vil eg og sýna þér lítið tillæti, gefa þér gullhring og kunna þökk að þú þiggir. Hér er og fingurgull er fylgja skal."

Bolli þiggur gjafirnar og þakkar bónda. Óttar var á hesti sínum því næst og reið fyrir þeim leiðina því að fallið hafði snjór lítill um nóttina. Þeir ríða nú veg sinn út til Svarfaðardals.

Og er þeir hafa eigi lengi riðið snerist hann við Óttar og mælti til Bolla: "Það mun eg sýna að eg vildi að þú værir vin minn. Er hér annar gullhringur er eg vil þér gefa. Væri eg yður vel viljaður í því er eg mætti. Munuð þér og þess þurfa."

Bolli kvað bónda fara stórmannlega til sín "en þó vil eg þiggja hringinn."

"Þá gerir þú vel," segir bóndi.

87. kafli - Bardagi í Hestanesi

Nú er að segja frá Þorsteini af Hálsi. Þegar honum þykir von að Bolli muni norðan ríða þá safnar hann mönnum og ætlar að sitja fyrir Bolla og vill nú að verði umskipti um mál þeirra Helga. Þeir Þorsteinn hafa þrjá tigi manna og ríða fram til Svarfaðardalsár og setjast þar.

Ljótur hét maður er bjó á Völlum í Svarfaðardal. Hann var höfðingi mikill og vinsæll og málamaður mikill. Það var búningur hans hversdaglega að hann hafði svartan kyrtil og refði í hendi en ef hann bjóst til víga þá hafði hann blán kyrtil og öxi snaghyrnda. Var hann þá heldur ófrýnlegur.

Þeir Bolli ríða út eftir Svarfaðardal. Fylgir Óttar þeim út um bæinn að Hálsi og að ánni út. Þar sat fyrir þeim Þorsteinn við sína menn og þegar er Óttar sér fyrirsátina bregður hann við og keyrir hest sinn þvers í brott. Þeir Bolli ríða að djarflega og er þeir Þorsteinn sjá það og hans menn spretta þeir upp. Þeir voru sínum megin ár hvorir en áin var leyst með löndum en ís flaut á miðri. Hleypa þeir Þorsteinn út á ísinn.

Helgi af Skeiði var og þar og eggjar þá fast og kvað nú vel að þeir Bolli reyndu hvort honum væri kapp sitt og metnaður einhlítt eða hvort nokkurir menn norður þar mundu þora að halda til móts við hann. "Þarf nú og eigi að spara að drepa þá alla. Mun það og leiða öðrum," sagði Helgi, "að veita oss ágang."

Bolli heyrir orð Helga og sér hvar hann er kominn út á ísinn. Bolli skýtur að honum spjóti og kemur á hann miðjan. Fellur hann á bak aftur í ána en spjótið flýgur í bakkann öðrum megum svo að fast var og hékk Helgi þar á niður í ána. Eftir það tókst þar bardagi hinn skarpasti. Bolli gengur að svo fast að þeir hrökkva undan er nær voru. Þá sótti fram Þorsteinn í móti Bolla og þegar þeir fundust höggur Bolli til Þorsteins á öxlina og varð það mikið sár. Annað sár fékk Þorsteinn á fæti. Sóknin var hin harðasta. Bolli varð og sár nokkuð og þó ekki mjög.

Nú er að segja frá Óttari. Hann ríður upp á Völlu til Ljóts og þegar þeir finnast mælti Óttar: "Eigi er nú setuefni Ljótur," sagði hann, "og fylg þú nú virðing þinni er þér liggur laus fyrir."

"Hvað er nú helst í því Óttar?"

"Eg hygg að þeir berjist hér niðri við ána Þorsteinn af Hálsi og Bolli og er það hin mesta hamingja að skirra vandræðum þeirra."

Ljótur mælti: "Oft sýnir þú af þér mikinn drengskap."

Ljótur brá við skjótt og við nokkura menn og þeir Óttar báðir. Og er þeir koma til árinnar berjast þeir Bolli sem óðast. Voru þá fallnir þrír menn af Þorsteini. Þeir Ljótur ganga fram í meðal þeirra snarlega svo að þeir máttu nær ekki að hafast.

Þá mælti Ljótur: "Þér skuluð skilja þegar í stað," segir hann, "og er þó nú ærið að orðið. Vil eg einn gera milli yðvar um þessi mál en ef því níta aðrir hvorir þá skulum vér veita þeim atgöngu."

En með því að Ljótur gekk að svo fast þá hættu þeir að berjast og því játtu hvoirtveggju að Ljótur skyldi gera um þetta þeirra í milli. Skildust þeir við svo búið. Fór Þorsteinn heim en Ljótur býður þeim Bolla heim með sér og það þiggur hann. Fóru þeir Bolli á Völlu til Ljóts. Þar heitir í Hestanesi sem þeir höfðu barist. Óttar bóndi skildist eigi fyrri við þá Bolla en þeir komu heim með Ljóti. Gaf Bolli honum stórmannlegar gjafar að skilnaði og þakkaði

honum vel sitt liðsinni. Hét Bolli Óttari sinni vináttu. Fór hann
heim til Krossa og sat í búi sínu.

88. kafli - Af Bolla

Eftir bardagann í Hestanesi fór Bolli heim með Ljóti á Völlu við
alla sína menn en Ljótur bindur sár þeirra og greru þau skjótt því
að gaumur var að gefinn. En er þeir voru heilir sára sinna þá stefndi
Ljótur þing fjölmennt. Riðu þeir Bolli á þingið. Þar kom og
Þorsteinn af Hálsi við sína menn.

Og er þingið var sett mælti Ljótur: "Nú skal ekki fresta uppsögn
um gerð þá er eg hefi samið milli þeirra Þorsteins af Hálsi og Bolla.
Hefi eg það upphaf að gerðinni að Helgi skal hafa fallið óheilagur
fyrir illyrði sín og tiltekju við Bolla. Sárum þeirra Þorsteins og Bolla
jafna eg saman. En þá þrjá menn er féllu af Þorsteini skal Bolli
bæta. En fyrir fjörráð við Bolla og fyrirsát skal Þorsteinn greiða
honum fimmtán hundruð þriggja alna aura. Skulu þeir að þessu
alsáttir."

Eftir þetta var slitið þinginu. Segir Bolli Ljóti að hann mun ríða
heimleiðis og þakkar honum vel alla sína liðveislu og skiptust þeir
fögrum gjöfum við og skildu við góðum vinskap. Bolli tók upp bú
Sigríðar á Skeiði því að hún vildi fara vestur með honum. Ríða þau
veg sinn þar til er þau koma á Miklabæ til Arnórs. Tók hann harðla
vel við þeim. Dvöldust þar um hríð og sagði Bolli Arnóri allt um
skipti þeirra Svarfdæla hversu farið hafði.

Arnór mælti: "Mikla heill hefir þú til borið um ferð þessa við slíkan
mann sem þú áttir þar er Þorsteinn var. Er það sannast um að tala
að fáir eða öngvir höfðingjar munu sótt hafa meira frama úr öðrum
héruðum norður hingað en þú, þeir sem jafnmarga öfundarmenn
áttu hér fyrir."

Bolli ríður nú í brott af Miklabæ við sína menn og heim suður. Tala
þeir Arnór til vináttu með sér af nýju að skilnaði.

En er Bolli kom heim í Tungu varð Þórdís húsfreyja hans honum fegin. Hafði hún frétt áður nokkuð af róstum þeirra Norðlendinga og þótti mikið í hættu að honum tækist vel til. Situr Bolli nú í búi sínu með mikilli virðingu.

Þessi ferð Bolla var ger að nýjum sögum um allar sveitir og töluðu allir einn veg um að slík þótti varla farin hafa verið nálega. Óx virðing hans af slíku og mörgu öðru. Bolli fékk Sigríði gjaforð göfugt og lauk vel við hana.

Og höfum vér eigi heyrt þessa sögu lengri.

Also Available from JiaHu Books

Ἰλιάς - The Iliad (Ancient Greek) - 978909669222

Ὀδύσσεια - The Odyssey (Ancient Greek) - 978909669260

Ἀνάβασις - Anabasis (Ancient Greek) - 978909669321

Μήδεια – Βάκχαι - Medea and Bacchae (Ancient Greek) -
9781909669765

Metamorphoses – Ovid (Latin) - 978909669352

Satyricon (Latin) - 9781909669789

Metamorphoses – Asinus Aureus (Latin) - 978190966980-2

Egils Saga (Old Norse) – 978909669093

Egils Saga (Icelandic) – 97819090669857

Brennu-Njáls saga (Icelandic) - 97819090669925

अभिज्ञशकुन्तलम् - Recognition of Sakuntala (Sanskrit) –
978909669192

Laimė Nutekėjimo (Lithuanian) - 9781909669365

15228623R00121

Printed in Great Britain
by Amazon.co.uk, Ltd.,
Marston Gate.